ഞാറ്റുവേലപ്പൂക്കൾ

INSIGHT PUBLICA

Nadakkavu, Kozhikode, Kerala, 673011
www.insightpublica.com
e-mail: insightpublica@gmail.com
Title: Njattuvelappookkal
(Malayalam Poems)
Author: T Bindu
First Edition: February 2023
Book Design: KJVJ@insight
Printed and Published by
InsightinPublica Printers & Publishers Pvt. Ltd.
ISBN 978-93-5517-329-4
₹ 150

ഞാറ്റുവേലപ്പൂക്കൾ

ടി. ബിന്ദു

INSIGHT PUBLICA

സമർപ്പണം

എന്റെ അക്ഷരങ്ങളെ ഏറെ സ്നേഹിച്ച,
അകാലത്തിൽ വേർപിരിഞ്ഞ
പ്രിയസുഹൃത്തിന്...

കാസർഗോഡ് ജില്ലയിലെ പിലിക്കോട് പഞ്ചായത്തിൽ കാലിക്കടവിൽ ജനനം. അച്ഛൻ പരേതനായ സഖാവ് വി.കെ മാസ്റ്റർ, അമ്മ ടി വാസന്തി ടീച്ചർ. ഭർത്താവ് റിട്ടയേർഡ് ബാങ്ക് മാനേജർ സി. യം ഗോപാലകൃഷ്ണൻ.

കഥകളും കവിതകളും പ്രസിദ്ധീകരിച്ചിട്ടുണ്ട്. മലയാള കാവ്യസാഹിതി പുരസ്കാരം, നിറവ് കാവ്യപുരസ്കാരം എന്നിവ ലഭിച്ചിട്ടുണ്ട്. അധ്യാപികയാണ്.

ടി. ബിന്ദു

ഉള്ളടക്കം

അവതാരിക
ഞാറ്റുവേലപ്പൂക്കളുടെ നാട്ടുചന്തം
രാവുണ്ണി...15

പഠനം
വാക്കുകൾക്കൊപ്പം മിടിക്കാൻ തുടിച്ച്
പ്രകാശൻ കരിവെള്ളൂർ...91

കവിതകൾ

സമയമായ്.................................17
ഞാൻ മരിച്ചെന്ന് കരുതൂ....................19
പഠനം.................................20
പ്രതീക്ഷ.................................21
പാളങ്ങൾ.................................22
എന്തു കഷ്ടം !!.................................24
കവിതേ.................................25
മനുഷ്യനാവുന്നതെന്ന് ? 27
മോഹിനി.................................29
നീയും ഞാനും.................................30
ഭിക്ഷാടനം.................................32
വൈകി വന്നത്.................................34
കൂട്ട്.................................36
ജന്മസാഫല്യം.................................38
ഓർമ്മ.................................39
ഒരു കുടക്കീഴിൽ.................................40
തിരുനങ്കൈ.................................42
ഞാറ്റുവേലപ്പൂക്കൾ.................................44
ചിലർക്ക്
'എന്നെ' പേടിയാണ്.................................45
സ്വസ്തി.................................47
വ്യർത്ഥം.................................50
എന്നെ തേടുന്ന സരണികൾ..52
മരം.................................54
ഉത്രാടപ്പൂക്കളം.................................56
നീതിയുടെ കൂട്ടക്കൊല.................................57
അവൾ തിരയുന്ന സ്നേഹരാഗം59
മോഹശകലങ്ങൾ.................................61
പൊട്ടൻ.................................63
എല്ലാം ശരിയായി.................................64
കേരളീയം.................................66
ആരുടേതാണിന്ത്യ?.................................68
നിന്നോടെനിക്കെന്നും
പ്രണയം.................................70
അസ്തമയം.................................72
ഒളിച്ചോട്ടം.................................74
ബൊലേക്ക്.................................76
ചെരുപ്പ്.................................78
കുഞ്ഞുണ്ണിയും പൂമ്പാറ്റയും..........80
മൗനാനുരാഗം.................................82
ഇനി.... 83
വിട.................................84
കനൽച്ചൂട്.................................85
ഞാനൊരു ഉുവൽ.................................87
മലയാളം.................................88
ചിലന്തി.................................89
അവൻ.................................90

ഞാറ്റുവേലപ്പൂക്കളുടെ നാട്ടുചന്തം

രാവുണ്ണി

മനുഷ്യനാവുക എന്നതാണ് ബിന്ദുവിന്റെ കാവ്യാഹ്വാനം. മനുഷ്യനാവുന്നതെന്ന് എന്ന കഠിനമായ ചോദ്യമാണ് ഈ കവിതകളിൽ ഇരമ്പുന്നത്.

തന്റെ വംശത്തിന്റെയുള്ളിലെ കാട്ടുതീ കവി കണ്ണു തുറന്നു കാണുന്നുണ്ട്

തീയായ് വരും ഞാൻ
തീക്കാറ്റായ് വരും ഞാൻ
തീക്കുതാൻ പൊള്ളലായ്
താണ്ഡവമാടിടും

ഞാൻ മറ്റൊന്നിന്റെ നിഴലാവില്ല. ഞാൻ മറ്റൊന്നിന്റെ കീഴിലുമല്ല. എനിക്ക് ഞാൻ തന്നെയാവണം

ഞാനായിരിക്കണം
ഒരു ദിവസമെങ്കിലും
എന്നെ
എന്നിലെ എന്നെ
തൊട്ടറിക വേണം

എന്ന് ആത്മവിശ്വാസത്തോടെ നിവർന്നു നില്ക്കുന്ന പെൺമയാണ് ബിന്ദുവിന്റെ വ്യക്തിത്വം.

ചറപറെ പെയ്യുന്ന
മഴയിൽ കുളിക്കണം
നനഞ്ഞൊട്ടി കളിക്കണം
ഉയരത്തിൽ ചാടി
ചളിവെള്ളം തെറിപ്പിക്കണം.

വിലക്കുകളും വിലങ്ങുകളും അരുത്. നീതി എല്ലാവർക്കും ഒരുപോലെ കിട്ടണം. ജീവിതത്തിന്റെ സൗഭാഗ്യങ്ങൾ ഏവർക്കും ഒരു പോലെ അനുഭവിക്കാൻ പറ്റണം. അതിൽ ലിംഗഭേദം പാടില്ല എന്നതു പോലെ പദവി ഭേദവും സ്വത്തു ഭേദവും അധികാര ഭേദവും പാടില്ല എന്ന് ബിന്ദുവിന്റെ കവിത ഉദ്ഘോഷിക്കുന്നു.ജീവിതാനന്ദവും അനുഭൂതിയും എല്ലാവരുടെയും അവകാശമാണ്.

അനുഭൂതിയാകണം
ആനന്ദമാകണം
ആത്മാവിൻ ദാഹം
ആറിത്തണുക്കാൻ
നിറയെ പറയണം
ഒരു നൂറു കാര്യം

അതാണ് ബിന്ദുവിന് കവിത.

ജീവിത പ്രയാസങ്ങളിൽ അക്ഷരം കൂട്ടായി മാറും. എഴുതിയും വായിച്ചും പുറത്തെയും അകത്തെയും ഇരുട്ടു മായ്ക്കാം.

മൂടുന്നൊരിരുളിൽ
മനനം വിങ്ങുന്നവർ
അകതാരിൽ നിറയട്ടെ
അക്ഷരങ്ങൾ

എന്ന് 'സമയമായ് 'എന്ന കവിതയിൽ ബിന്ദു ആഹ്വാനം ചെയ്യുന്നുണ്ട്.

നിന്നിലെ നിന്നെ നീ
നന്നായറിഞ്ഞിട്ടു
നന്മ തൻ പാതയിൽ പാദമൂന്നു

മുന്നേറുവാൻ ഏറ്റവും പ്രധാനം ഇതുതന്നെയാണ്. അവനവനെ (അവളവളെ)

അറിയുക. ആത്മബോധം നേടുക. ഏതു പ്രതികൂലാവസ്ഥയിലും നന്മയിൽ ഉറച്ചു നില്ക്കുക. തിന്മ നേരിന്റെ വഴിയല്ല. തിന്മയുടെ വിജയം ശാശ്വതമല്ല. നന്മയുടെ പരാജയവും ശാശ്വതമല്ല.

തിന്മയുടെ രാക്ഷസനൃത്തങ്ങൾ ചുറ്റിലുമുണ്ട്.
സ്നേഹത്തിൻ നാണയത്തുട്ടെറിഞ്ഞു ചിലർ
കാമത്തിൻ മാരീചവേഷം ധരിക്കുന്നു
നാലുദിക്കും കണ്ടു ഉഗ്രമാം ദംഷ്ട്രകൾ
നാഗങ്ങളായി ഫണം വിടർത്തിടുന്നു

ഇതിന്റെയെല്ലാമിടയിൽ കാണേണ്ടതു കാണാനും ചെയ്യേണ്ടതു ചെയ്യാനുമുള്ള വിവേകം നാം ആർജ്ജിച്ചേ മതിയാവൂ.

ഇരവായ് നേടി ഞാൻ
ഇരവിൻ വെളിച്ചം
ഇടയിൽ കണ്ടു ഞാൻ
അഭിനവച്ഛായങ്ങൾ
ഇവ കണ്ട് പകയ്ക്കരുത്.ആരും ഒറ്റക്കാവരുത്.
കൂട്ടിനായ് ഞാനെന്നും കൂട്ടായിരിക്കും
കൂരിരുട്ടിലും തെളിയും വെളിച്ചമായ്
അഴലിന്റെയാഴത്തിൽ നീർച്ചുഴിയിൽ
പ്രാണനായ് ചങ്കുപിടയുമ്പൊഴും
ഒരിറ്റു പ്രണയത്തിനായി ദാഹിക്കുമ്പൊഴും
ഒരു സാന്ത്വനത്തിന്റെ സ്പർശമാകും ഞാൻ
(കൂട്ട്)

നീ എനിക്ക് വെളിച്ചമാകണം എന്നല്ല. ഞാൻ നിനക്ക് വെളിച്ചമാകും എന്നാണ് കവി പറയുന്നത്.അപരനിൽ സാന്ത്വനത്തിന്റെ സ്പർശമേകുന്ന സ്നേഹത്തെ,കവിത്വത്തെ,നാമിവിടെ കണ്ടുമുട്ടുന്നു.

ഗ്രാമ ജീവിതത്തിന്റെ ചേതോഹരമായ അനേകം ബിംബങ്ങൾ കാല്പനിക ശോഭയോടെ ബിന്ദുവിന്റെ കവിതകളിൽ നിറയുന്നുണ്ട്.

പുലരിതൻ നീഹാരബിന്ദു ചൂട്ടും
മരതകപ്പച്ച തൻ മഞ്ജിമക്കോ
മണ്ണിന്റെ മണമുള്ള നോവിന്റെ നനവുള്ള
സഹനച്ചവപ്പിന്റെ പുഞ്ചിരിക്കോ
മറുമൊഴിയായൊന്നു കേട്ടു ഞാനും
എങ്ങു നിന്നറിയാതെ മിഴി പിടഞ്ഞു
ഹരിതാഭ വീശുന്ന പാടത്തുടിപ്പിന്റെ
പത്തര മറ്റേറും പ്രഭ തന്നെയല്ലേ
പല്ലില്ലാമോണ തൻ മന്ദസ്മേരം...
(ഞാറ്റുവേലപ്പൂക്കൾ)
ഒന്നാനാം കുന്നിന്റെ പൂഞ്ചെരിവിൽ
ഊഞ്ഞാലിലാടിയതോർമ്മയില്ലേ
(ഓർമ്മ)
കൈവല്യ സ്വപ്നമേ
ജന്മസാഫല്യമേ നിന്നെ
ഞാനെന്നെന്നും ജന്മജന്മാന്തര
പുണ്യമായ് പുൽകിടാം
(ജന്മസാഫല്യം)

ഇത്തരം മനോഹര മുഹൂർത്തങ്ങളിൽ അഭിരമിച്ചു നില്ക്കുകയല്ല, എല്ലാം മായ്ച്ചും മറച്ചും മുന്നേറുന്ന നാഗരിക സ്വാർത്ഥതകളെ തിരിച്ചറിയാനും ബിന്ദുവിന് കഴിയുന്നുണ്ട്.

പാടത്തിനോരത്തെ
പച്ചാൽത്തറയിലെ
പാവമാം സായാഹ്നമെങ്ങു പോയി?

നെടുവീർപ്പിടുകയല്ല വിരൽ ചൂണ്ടുകയും ചോദ്യം ചോദിക്കുകയും നിവർന്നു നില്ക്കുകയുമാണ് കവി ചെയ്യുന്നത്. ഇത് പ്രതീക്ഷാ ജനകമാണ്.

ഗ്രാമീണ സുഭഗത കൊണ്ടും സ്വാതന്ത്ര്യബോധം കൊണ്ടും അതിജീവനത്വര കൊണ്ടും ഉൾബലമുള്ള കവിതയാണ് ബിന്ദുവിൻറേത്.

ബിന്ദുവിന്റെ കവിതാ സമാഹാരമായ ഞാറ്റുവേലപ്പൂക്കൾ അഭിമാനപുരസ്സരം കവിതാ പ്രണയികൾക്ക് മുമ്പിൽ സമർപ്പിച്ചു കൊള്ളുന്നു.

കവിതകൾ

സമയമായ്....

മൂടുന്നൊരിരുളിൽ
മാനസം വിങ്ങുമ്പോൾ
അകതാരിൽ നിറയട്ടെ
അക്ഷരങ്ങൾ
ആയുധമാക്കു നീ
പുസ്തകങ്ങൾ
അന്ധവിശ്വാസങ്ങൾ
ചാരമാകട്ടെ
അറിവിൻ വെളിച്ചം
പരന്നിടട്ടെ
ഭ്രമമായ സ്വപനങ്ങൾ
കാറ്റിൽ പറക്കട്ടെ.
ഭ്രാന്തമാം ചിന്തകൾ
കുഴികളിൽ മൂടട്ടെ
നിന്നിലെ നിന്നെ നീ
നന്നായറിഞ്ഞിട്ടു
നന്മതൻ പാതയിൽ
പാദമൂന്നു
ശൂന്യമാം ഭൂമിയെ
സമ്പന്നമാക്കി നീ
ചന്ദ്രനെ തൊട്ടു നീ

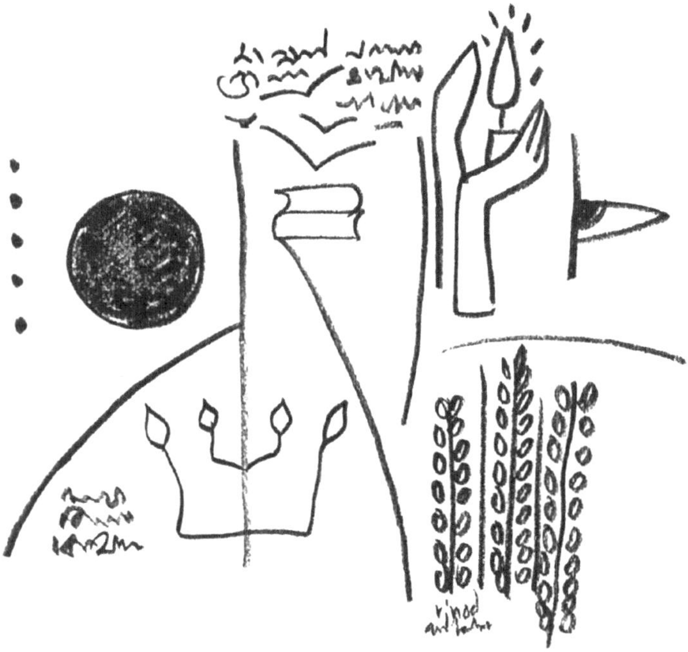

ചരിത്രം രചിച്ച
നിൻ വിരൽത്തുമ്പിൽ
ലോകം കറക്കി നീ
ദൈവങ്ങളെല്ലാം
കണ്ണടച്ചപ്പോഴും
ദേവാദിദേവനായ്
വന്നവൻ നീ
സൃഷ്ടിയും നീ തന്നെ
നീ തന്നെ സ്ഥിതിയും
സംഹാരവും നീ
മാനവാ സമയമായ്
ഉയിർത്തെഴുന്നേൽക്കു
മനസ്സാം കോവിലിൽ
തിരി തെളിക്കു...

●

ഞാൻ മരിച്ചെന്ന് കരുതൂ....

ജീവിക്കാനേറെ മോഹം
അതുകൊണ്ടവൾ പറഞ്ഞു
ഞാൻ മരിച്ചെന്ന് കരുതൂ...
ചെറുപ്പമാകാനേറെ മോഹം
എങ്കിലുമവൾ പറഞ്ഞു
എനിക്ക് വയസ്സായി
പൊട്ടിച്ചിരിക്കാനേറെ മോഹം
പക്ഷേ തേങ്ങിക്കരഞ്ഞവൾ
തനിച്ചായപ്പോഴൊക്കെ
ഉറക്കെ പ്രതികരിക്കാനേറെ മോഹം
പക്ഷേ മൗനത്തിലാണ്
ചോദ്യങ്ങൾക്കെല്ലാം
തുറന്നിട്ട ജാലകമാണേറെയിഷ്ടം
എങ്കിലുമെന്നും അടച്ച
മാനസജാലകം
സ്നേഹിക്കാനെന്നും ഏറെ മോഹം
എന്നാലും വെറുപ്പിൻ പുതപ്പണിഞ്ഞു
പ്രണയ തപത്തിലും
ഇഷ്ടങ്ങൾ പറയാനാണെന്നുമിഷ്ടം
എന്നിട്ടുമെല്ലാം മൂടിവച്ച
മരണശേഷത്തിനായ്

●

പഠനം

അവൾ വന്നു
ഓരോ തവണയും
വാരിപ്പുണർന്നു
സ്നേഹം പങ്കുവച്ചു
വെള്ളിപ്പാദസരങ്ങൾ കിലുക്കി
പോയി
പിന്നെ വരാമെന്നു പറഞ്ഞ്
ഭാവി ജീവിതത്തെ കുറിച്ചവൻ
നെയ്തു സ്വപ്നങ്ങൾ നൂറായിരം

ഇതൊരു ശീലമായപ്പോൾ
അവൻ പഠിച്ചു
വർത്തമാനത്തിൽ ജീവിക്കാൻ

●

പ്രതീക്ഷ

നിറയ്ക്കൂ നീയെന്നിൽ പൊന്നുഷസ്സേ
നീഹാരമണിയുന്ന പൊന്നുഷസ്സേ
ഒരു വാസരം പോലും മായാതെ മറയാതെ
നീ നിന്റെ ജീവനം സ്വയമെരിച്ചു
ഉയിർത്തെഴുന്നേറ്റു നീ പൊൻ കണിയാകുമ്പോൾ
കാണുന്നു നിന്നിൽ ഞാൻ പുതുവെളിച്ചം
അറിവായ് നിറവായ് നീയെന്നിൽ പൂക്കവേ
ആയിരം ചിറകോലും പറവയായ് ഞാൻ
നിർജ്ജീവമായൊരെൻ മാനസ തന്തുവിൽ
നീ നിന്റെ സ്നേഹമാം മധു പുരട്ടൂ...

●

പാളങ്ങൾ

സമാന്തരമാം പാളങ്ങളിൽ
സൂര്യതേജസിൻ പ്രഭ ചിന്തവേ
കറുത്തിരുണ്ടവ കിടക്കുന്നു
കരിനാഗങ്ങൾ പോലെയായ്
കുത്തും കൂർത്ത മുനകൾ
കരിങ്കല്ലിൽ കുഞ്ഞു ചീളായ്
അകലങ്ങളിലൊരുമാത്രയിൽ
അവരൊന്ന് വളയുന്നു പുളയുന്നു
അതൊരു നിശ്ശബ്ദ സംഗമം
ഒരുകരമകലെയായ്
ഒരേ ലക്ഷ്യ കുതിപ്പിലായ്
വിചാരങ്ങളില്ല വികാരങ്ങളില്ല
വാഴ്ത്തും വചനങ്ങളില്ല
കൊട്ടും തപത്തിൽ ചുട്ടുപഴുത്തും
കൊടിയ മഞ്ഞിൻ തണുപ്പത്തും
മനമറിയാതെ മാനം നോക്കി
മട്ടുപ്പറിയാതെ ശയിപ്പിതേ
നെഞ്ചിൽ കിടന്ന ജീവൻ
മരണതണുപ്പേറ്റവാങ്ങുമ്പൊഴും
മടിയിലെ മരതകം തട്ടിപ്പറിക്കുമ്പൊഴും

മൗനശാപപ്പുതപ്പിനുള്ളിൽ
മലർന്നു കിടപ്പാണിരുവരും
മോചനം മോഹിക്കും മനമെങ്കിലും
മധുരമാം സ്വപ്നമാണെന്നു മാത്രം

●

എന്തു കഷ്ടം !!

പൂവേ.... പൊതിയണം
നീ നിൻ ദലങ്ങളെ
പതിയിരിക്കുമാ കാടത്തം
കൺ തുറന്നിരിപ്പാണ്
പവിത്രയാം ദേവിയോ
കണ്ണടച്ചിരിപ്പാണ്
പാവങ്ങളെത്രേ ആ ക്ഷുദ്രജീവികൾ
പതറാം പിടയാം.... എന്തു കഷ്ടം

●

കവിതേ...

മനസ്സിന്റെ വേനലിൽ
മഴയായിനീ
നോവേറും മുറിവതിൽ
നനവായി നീ

പുകയുന്ന ചൂടിൽ
തെന്നലായ് നീ
തപിക്കുന്ന ദാഹത്തിൽ
നീരുറവായി നീ

പിടയും ചുഴിയിൽ
ശ്വാസമായ് നീ
വേവുന്ന രോഷത്തിൽ
കനലായി നീ

ശാപമാം മൗനത്തിൽ
നാക്കായി നീ
ഇരുളുന്ന വഴിയിൽ
വിളക്കായി നീ

മോഹമാം മലരിൽ
മധുവായി നീ

പ്രണയമാം സ്വപ്നത്തിൽ
ലഹരിയായ് നീ
കാമമാം കലയിൽ
പൂവമ്പനായ് നീ
ജീവന പാതയിൽ
തുണയായി നീ
തുലികത്തുമ്പതിൽ
കവിതയായ് നീ....

●

മനുഷ്യനാവുന്നതെന്ന്?

സ്നേഹ ഗാനം മൂളുമാ
ശുക്ര താരകം
അന്നും മാനത്തുദിച്ചു
അകലെയാ രാപ്പാടി
അപ്പൊഴും പാടി
'മാറ്റുവിൻ ചട്ടങ്ങളേ...'
ആറ്റലയന്നും മെല്ലെ മൂളി
ആലിംഗനത്തിന്റെ
മദനരാഗം
തമ്പ്രാട്ടി മെല്ലെ
ചാത്തനോടോതി
'അല്ലലെന്തു കഥയിതു കഷ്ടം !
ആ ദിവ്യ കോകിലം
ചിറകിട്ടടിക്കുന്നു
തലതല്ലിക്കരയുന്നു.
തപിക്കുന്ന വിപ്ലവം
പുകയുന്ന കൊണ്ടോ
വിതുമ്പുന്നൊരാത്മാവിൻ
വേദന കൊണ്ടോ
സൂതികുടീരം വിറയ്ക്കുന്നു
തേങ്ങലിൽ

കേൾക്കയായന്നും മൃദുമന്ത്രണം
‘ വെറും പുല്ലല്ല സാധു
മൂകയാം സന്ധ്യയുടെ
മൗനമാം മാനസം
പതിയെ തലോടിയാ -
പല്ലനയാറ്റിനെ
കവിളിൽ പടരുന്ന
കണ്ണീർ തുടക്കവേ
കുമാര കോടിക്കൊന്നേ-
യൊരു ചോദ്യം
മനുഷ്യനാവുന്നതെന്ന് ?
മനുഷ്യൻ
മനുഷ്യനാവുന്നതെന്ന്?
●

മോഹിനി

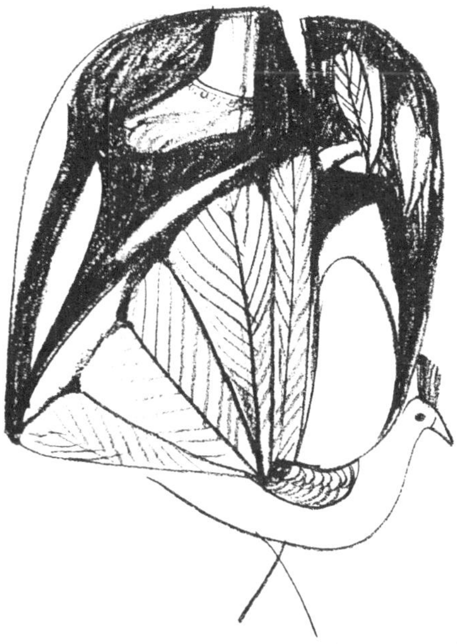

കാവ്യമോഹിനീ മനോഹരീ നിൻ
കാൽ ചിലമ്പൊലി കേട്ടുണർന്നു ഞാൻ
കാതരയായെന്നെ മറന്നു നിന്നു,നീ
കാതോരം മൂളുവാൻ കാത്തു നിന്നു.
ആയിരം കനവായി വന്നതും നീ
ആയിരം നിനവായി നില്പതും നീ
ആത്മാവിലെരിയുന്ന ചിതയായി നീ
ആത്മാനുരാഗത്തിൻ കുളിരായി നീ
തുഞ്ചന്റെ ശാരികപ്പൈതലായി
കുഞ്ചന്റെ കളിവിളക്കെണ്ണയായി
കണ്ണന്റെ ഗാഥ തൻ പാലാഴിയും
കാവ്യത്രയങ്ങൾ കോകിലങ്ങൾ
മനതാരിലെന്നുമൊരു മോഹമായി
മനസിന്റെ താളിൽ മയിൽപ്പീലിയായ്
മധുവൂറും മലർമണം വാരി വീശി
മാതാവാം കൈരളിക്കെന്നും വസന്തമായ്...

●

നീയും ഞാനും

കാണുന്നു ഞാനെ-
ന്നോമലേ നിന്നിൽ
കറയറ്റത്യാഗത്തിൻ
കുങ്കുമപ്പൂക്കൾ
നീ നിന്റെ ജീവനായ്
ശ്വാസമായ് നിന്നിലെ
ചോരയും നീരും
മജ്ജ മാംസങ്ങളും
ഈ ജന്മമത്രയും
സർവ്വം സമർപ്പിതേ
ഈരേഴുലകിലും
സൃഷ്ടിക്കുപാത്രമായ്
മകളായ് സോദരി
ഭാര്യയായ് അമ്മയും
മാനിനി നീ തന്നെയീ
ഭൂവിൻ സർവ്വവും
കണ്ടു ഞാനെന്നെയൊരു
കണ്ണാടിയെന്ന പോൽ
നിന്നിലെ നീയെന്ന
നിഴലെന്ന പോൽ
ഞാനെന്റെ വായുവും
പ്രാണനാം അന്നവും

ഞാനെന്റെ കൈകളും
കുളിരിന്റെ തണലും
കാറ്റും കനികളും
കാടിന്റെ ഹരിതവും
കാനനഛായതൻ
കാട്ടുപൂഞ്ചോലയും
ആത്മത്യാഗത്തിന്റെ
ആരൂഢമേറി
ആർക്കുമേ സുഖമേകും
പൂമെത്തയായി
ഒടുവിലായെന്റെ മേൽ
കുത്തിയിറക്കുന്നു
ഒത്തമഴുവൊന്നി-
തെന്റെ നെഞ്ചിൽ
വിഷസർപ്പമൊന്നിന്നു
നിൻ മേനി തൊട്ടുവോ
വീണു കിടപ്പെന്തേ
വീണപ്പൂവെന്ന പോൽ
ഞാനെന്ന നീയും
നീയെന്ന ഞാനും
ഈ മണ്ണിലെന്നും
രക്തസാക്ഷിത്വങ്ങൾ...

●

ഭിക്ഷാടനം

ഭിക്ഷാംദേഹിയാണെ-
ന്നെന്നും ഞാൻ
ഭിക്ഷാശനം തന്നെയീ
ജന്മത്രയും
അർക്കൻ ജ്വലിക്കുമെൻ
ജീവിതപന്ഥാവിൽ
അക്ഷരവൃക്ഷം തണൽ
വിരിക്കേ
അറിയുന്നു നിയതി തൻ
കർമകാണ്ഡങ്ങൾ
അവനിതന്നാത്മാവിൻ
കണ്ണീർ കണങ്ങളായ്
ഇടയിൽ കണ്ടു ഞാൻ
അറിവിൻ മഹാമേരുക്കൾ
ഇരവായ് നേടി ഞാൻ
ഇരവിൻ വെളിച്ചം
ഇടയിൽ കണ്ടു ഞാൻ
അഭിനവച്ഛായങ്ങൾ
ഇടയിലൊടൊഴുകുന്നു
വേരറ്റപോലവേ
എവിടെൻ വഴിത്താര

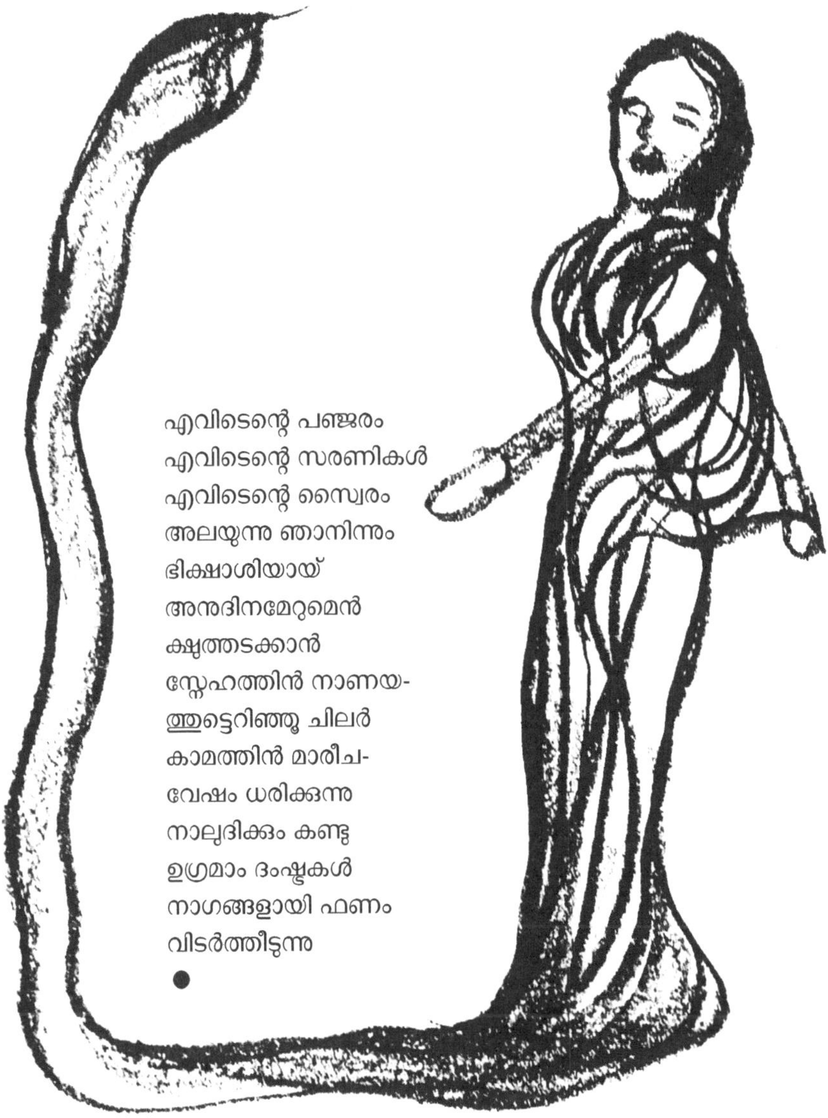

എവിടെന്റെ പഞ്ജരം
എവിടെന്റെ സരണികൾ
എവിടെന്റെ സ്വൈരം
അലയുന്നു ഞാനിന്നും
ഭിക്ഷാശിയായ്
അനുദിനമേറുമെൻ
ക്ഷുത്തടക്കാൻ
സ്നേഹത്തിൻ നാണയ-
ത്തുട്ടെറിഞ്ഞൂ ചിലർ
കാമത്തിൻ മാരീച-
വേഷം ധരിക്കുന്നു
നാലുദിക്കും കണ്ടു
ഉഗ്രമാം ദംഷ്ട്രകൾ
നാഗങ്ങളായി ഫണം
വിടർത്തീടുന്നു

●

വൈകി വന്നത്

വൈകിയെന്നറിഞ്ഞിട്ടും
വന്നതെന്തേനീ
വെയിലേറ്റു വാടിക്കരി
ഞ്ഞെൻ ദലങ്ങളെ
എന്തിനായ് നീ മെല്ലെ -
യൊന്നു തൊട്ടു
നിൻ കരസ്പർശത്തിൽ
ഞാനുണർന്നൊരു മാത്ര
നിന്നംഗുലീയത്തിൽ
ഒന്നുമ്മ വച്ചപ്പോൾ
തളിരാർന്നുവെങ്കിലും
തളർന്നുവോനിൻ ചില്ല
മധ്യാഹ്ന സൂര്യന്റെ
പാതയോരത്തു നീ
മിണ്ടാതെ ചാരി -
ക്കിതച്ചു നിൽക്കേ
മൗനത്തിലായിരം
മോഹം കുടിച്ചു നീ
ദാഹത്തിന്നാശ -
യ്ക്കുവർണമേകി

അപ്പോഴും മർമ്മരം
മൂളിപ്പരന്നു
അല്ല, നീ എന്തേ
ഇത്രയും വൈകി

●

കൂട്ട്

കൂട്ടിനായ് ഞാനെന്നും
കൂട്ടായിരിക്കും
കൂരിരുട്ടിലും തെളിയും
വെളിച്ചമായ്
അഴലിന്റെയാഴത്തിൽ
നീർച്ചുഴിയിൽ
പ്രാണനായ് ചങ്ക്
പിടയുമ്പൊഴും
ഒരിറ്റു പ്രണയത്തിനായി
ദാഹിക്കുമ്പൊഴും
ഒരു സാന്ത്വനത്തിന്റെ
സ്പർശമാകും ഞാൻ
നിനക്കായ് ഞാനെന്നും
കാത്തിരിപ്പൂ
നിന്നംഗുലീയത്തിൻ
ലാളനമേൽക്കവേ
നിൻ നീല നയനങ്ങളെൻ
വർണമാകവേ
നീയെന്നിലലിയവേ
ഞാനൊരുക്കീടുമെൻ
നിറമാർന്ന ഗോപുരം
നിന്നന്തരംഗത്തിൽ

എന്നിലെ എന്നെ നീ
ആഴത്തിലറിയവേ
നിന്നിലെ നീയായി
നീ തെളിഞ്ഞീടും
ചില്ലലമാര തൻ
ചില്ലുകൂട്ടിൽ
ചാഞ്ഞുറക്കീടല്ലെ
മൽസഖേ നീയെന്നെ
●

ജന്മസാഫല്യം

മുട്ടുകുത്തിയുമൊട്ടിഴഞ്ഞുമവൻ
മെല്ലെയെത്തി പിടിച്ചിതെൻ ചേലാഞ്ചലം
ഒട്ടുയർത്തിയാ താമരപ്പൂമുഖം
ഒന്നു നോക്കിയെൻനേർക്കതെന്തിനോ
ആയിരം പൂത്തിരി കത്തുന്നൊരാ മിഴി
ആനന്ദദുന്ദുഭി നാദമായെന്നുള്ളം
പല്ലവച്ചോരിവാ പതിയെ വിടർന്നുവോ
പുഞ്ചിരി തങ്ങുന്ന ചെഞ്ചുണ്ടൊളിയുമായ്
വെണ്ണതോൽക്കുമിളം മേനിയൊന്നുഞാൻ
വാരിയെടുക്കട്ടെ കൈവല്യ സ്വപ്നമേ
ജന്മസാഫല്യമേ നിന്നെ ഞാനെന്നെന്നും
ജന്മജന്മാന്തര പുണ്യമായ് പുൽകിടാം.

●

ഓർമ്മ

ഒന്നാനാം കുന്നിന്റെ പൂഞ്ചെരിവിൽ
ഊഞ്ഞാലിലാടിയതോർമ്മയില്ലേ
പിന്നാലെ നിന്നു നീ തള്ളിയതും
പാറിപ്പറന്നു ഞാൻ പൊങ്ങിയതും
പൊട്ടിച്ചിരിച്ചു ഞാൻ നിന്നെ നോക്കേ
പൂത്തിരി കത്തിയോ നിന്റെ കണ്ണിൽ
ഒരു നാളിലന്നു ഞാൻ ദൂരെ തെറിച്ചതും
ഒട്ടാകെ ചോര ചുവപ്പിൽ കുളിച്ചതും
ഏങ്ങലടിച്ചു കരഞ്ഞോരു നിൻ മുഖം
ഇന്നുമെൻ ഓർമ്മയിൽ കണ്ണാടിയാണേ

●

ഒരു കുടക്കീഴിൽ

ഓർക്കുന്നു ഞാൻ സഖേ,
അന്നൊരാ മഴയിൽ
ഒരു കുടക്കീഴിലായ്,
ചേർന്നൊരാ വേളകൾ
വഴിയോരം പിന്നിട്ട
വേളയൊന്നിൽ
വലിയോരിടിയൊച്ച
കേട്ട നേരം
ഒട്ടിയെൻ മാറിൽ
ഭീതിയാലേ
ഒന്നു മുറുകിയോ -
രെൻ കരങ്ങൾ
അറിയാതെ വാരിപ്പുണർന്നു
നീ അന്നെന്നെ
ആത്മാവിനാർദ്രമാം
പ്രണയ വായ്പിൽ
മഴയിലാ മൃദുമേനി
കുളിരാർന്നുവെങ്കിലും
മോഹത്തിൻ ചൂടിൽ
മധുവുണ്ടുവോ
കുടയൊന്നു മറയാക്കി

കൈമാറിയില്ലേ നാം
കുന്നോളം സ്വപ്നത്തിൻ
കുടമുല്ലകൾ
മറക്കില്ലൊരു നാളും
മയിൽപ്പീലിയായ്
മനസ്സിന്റെ താളിൽ
കിളിർത്തു നിൽപ്പൂ....

തിരുനങ്കെ

പാതിരാപ്പൂവുകൾ മിഴി തുറന്നു
പടരുന്നു കന്നിയായ് ദേഹം
പതിയെ അരികത്തേക്കൊന്നുനോക്കി
പാവം ഗാഢമാം നിദ്രാംഗന

കണ്ണാടി മുന്നിലായ് ചെന്നു നിൽക്കേ
കാണേണ്ട കീഴ്പോട്ടെന്ന മട്ട്
കൈകൊണ്ടുഴിഞ്ഞൊരു മാത്ര മേനി
കാതരയായ പോൽ കണ്ണടച്ചു

ആടകളാർത്തിയിൽ കോർത്തു കെട്ടി
ആഭരണപെട്ടി തുറക്കയായി
നിമ്നോന്നതങ്ങളിൽ വിരൽ പരതി
നാകീയ നിർവൃതി പുൽകയായി
ശങ്കിച്ചു മിന്നിയോ മുത്തണിമാലകൾ
ശല്യം പറഞ്ഞോ കുപ്പിവളകൾ
ചേരുന്നതെന്തോ ചേർച്ചയാവാത്തപോൽ
ചോപ്പും കറുപ്പും പച്ചയും മഞ്ഞയും
കലമ്പിക്കിതച്ചാ രോമകൂപങ്ങൾ
കുറ്റനിരുട്ടായ് മുറ്റി നിന്നു

കൺമഷിക്കൂട്ടിൽ കൈ തൊട്ടുകൂട്ടി
കണ്ണുകൾ ചോപ്പാർന്നൊലിച്ചു
കവിളുകൾ ചായില്യകാന്തി പൂശി
കുറ്റിത്തല മുടിയെന്തോ കൊതിച്ചു

ആ നീലരാവിലൊരു പാതിരാ താരം
ആശതൻ പൂ പോൽ മിന്നി നിന്നു.
ചിത്രം ചമച്ചൊരാ മാനസഭാവങ്ങൾ
ചിറകാർന്നുയർന്നാ പാതിരാവിൽ
മിഴിയിലെ മോഹം മലരായ് വിരിഞ്ഞു
മങ്കയായ് രാവിൽ മതിമറന്നാടി

ചിറകറ്റ മുറിവിലെ ചോര വാർന്നു
ചേതനയറ്റ പോൽ ചോദിച്ചു പൗരുഷം
ദൂരെ തെളിയുന്ന വിശ്വനാഥാ
ചാരെ ചേർക്കുമോ തിരുനങ്കയെ....

●

ഞാറ്റുവേലപ്പൂക്കൾ

ഒരു മാത്ര
ഞാനൊന്ന് സംശയിച്ചു
നൈർമ്മല്യമേറുന്നതേതിനാവോ?
പുലരിതൻ നീഹാരബിന്ദു ചൂടും
മരതകപ്പച്ച തൻ മഞ്ജിമയ്ക്കോ....
മണ്ണിന്റെ മണമുള്ളനോവിന്റെ നനവുള്ള
സഹനച്ചുവപ്പിന്റെപുഞ്ചിരിയ്ക്കോ...
മറുമൊഴിയായൊന്നുകേട്ടു ഞാനും
എങ്ങു നിന്നറിയാതെ മിഴി പിടഞ്ഞു
ഹരിതാഭ വീശുന്ന പാടത്തുടിപ്പിന്റെ
പത്തരമാറ്റേറും പ്രഭ തന്നെയല്ലേ
പല്ലില്ലാ മോണതൻ മന്ദസ്മേരം
തിളങ്ങട്ടെ നാൾക്കുനാൾ സ്നേഹ[illegible]സ്മരങ്ങൾ
തെളിയട്ടെ നാൾക്കുനാൾസ്മിതയായുഷസ്സുകൾ
വിടരട്ടെ മണ്ണിൽഞാറ്റുവേലപ്പൂക്കൾ....

●

ചിലർക്ക് 'എന്നെ' പേടിയാണ്

ഞാനെൻ കുനപ്പിന്റെ
മൂർച്ച രാകുമ്പോൾ
നീ നിൻ മിഴികളിൽ
ഭയം നിറയ്ക്കുന്നു
ഞാനെൻ മഷിത്തുമ്പിൽ
ചോര ചാറുമ്പോൾ
നീ നിന്നിരുട്ടിൽ
കെണികൾ തിരയുന്നു.
തീയായ് വരും ഞാൻ
തീക്കാറ്റായ് വരും ഞാൻ
തീക്കുതാൻ പൊള്ളലായ്
താണ്ഡവമാടിടും
മഴയായ് വരും ഞാൻ
പെരുമഴയായ് വരും ഞാൻ
മഴയ്ക്കും പേടിയായ്
സംഹാരമൂർത്തിയായ്
കർബുരൻ ബുദ്ധിക്കും
കാളക്കൂടത്തിനും
ഞാനെന്ന സത്യമൊരു
പേടി സ്വപനം.
കരി പുതപ്പിച്ച നീ
കുഴികുത്തി മൂടിലും

ഉയിർത്തെഴുന്നേറ്റിടും
ഉടവാളുമായി ഞാൻ
നിന്നിലെ നിന്നെ
നീയായ് മാറ്റി ഞാൻ
നീയന്നു തളരുമ്പോൾ
താങ്ങായ് നിന്നു ഞാൻ
സമരായുധത്തിന്റെ
സഹന സ്വേദത്തിന്റെ
ഉപ്പുറും കണ്ണീരിനു -
റവായി ഞാൻ
പട്ടിണിയായോന്റെ
പാടാത്ത ചങ്കിലെ
നോവേറ്റു പാടുന്ന
മുള വേണു ഞാൻ
പ്രേമാർദ്ര മോഹങ്ങൾ
പാടിപ്പറന്ന നീ
ലഹരിയായ് പൂത്തതും
എന്നിലൂടെ
നശ്വരമായ നിൻ
നരനാകും ജന്മത്തില-
നശ്വരനായെന്റെ
ദീപപ്രവേശം
ആഹരിച്ചെന്നെ നീ
ആയുധമാക്കു
മരിക്കാത്ത കൂട്ടായ്
മനതാരിൽ ചേർക്കു
[illegible]
പ്രേതമായലയാതെ
ചില്ലലമാരിയിൽ ചിരി -
തൂകുമെന്നെ ചാരെ നിർത്തു
നിറയട്ടെ എന്നിൽ നീ
അലിയട്ടെ നിന്നിൽ ഞാൻ
പാടാം നമുക്കൊന്നായ്
പുതുരാഗത്തിൻ പല്ലവി....
സ്നേഹഗാഥ തൻ പല്ലവി....
●

സ്വസ്തി

സ്വസ്തി നിനക്ക് സ്വസ്തി
കാലം പോകേ
എന്നെ ഞാനാക്കി നീ
എന്നിലെ
പൂർണതയായി നീ

കാലമാകുന്നു നീ
ലോകമാകുന്നു നീ
ഇന്നെന്നെ
ബലഹീനയാക്കുന്നു നീ

നേരമെൻ
മാമരച്ചില്ലയിൽ
പോക്കുവെയിൽ
നീട്ടവേ
എന്നിലെ എന്നെ
പട്ട് മൂടി
ഏറ്റുവാങ്ങുന്നു
ശാപങ്ങൾ നീ

എന്നിലലിഞ്ഞവൾ
നീയെങ്കിലും
എടുത്തെറിയാൻ
വെമ്പലെന്നെങ്കിലും
സ്വസ്തിയേകുന്നു ഞാൻ
നിനക്ക്
സ്വസ്തി നേരുന്നു

നോവിൻ
രക്തപുഷ്പങ്ങളാൽ
നീ എന്നെ മൂടവേ
മടിക്കുന്നു

യൗവതം
വിടയായിടാൻ

ഓർക്കുന്നു
ഞാനാ നാളുകൾ
പൂവാക പോലെ
നീയെന്നിൽ പൂത്തതും
പൂത്തുമ്പിയായ്
ഞാൻ പാറിപ്പറന്നതും
പൂമണം പാറവേ
വസന്തം വിളിച്ചതും

എങ്കിലും സ്വസ്തീ...
നിനക്ക് സ്വസ്തീ....
●

വ്യർത്ഥം

ഉറങ്ങിക്കിടക്കയാണെന്നമ്മയിന്ന്
ഉണ്മയായ് ആ മേനി പുൽകിടാം ഞാൻ
കുഞ്ഞിളം പാണിയിലൊന്നേത്തമാടി
കുഞ്ഞു കരിങ്കൽ ചീളുകളിൽ
നോവല്ലേ പൊന്നേയെന്നോതി മെല്ലെ
നേരിന്റെ കൂർത്ത മുനകൾ പോലും
ശ്യാമള വർണ്ണനാം കുഞ്ഞുകരുമാടി
ശാരദേ നിന്നുടെ ശ്യാമാംബരൻ
അമ്മിഞ്ഞപ്പാലിൻ നിനവുമെല്ലെ
അമ്മതൻ ചാരത്തണഞ്ഞാനവൻ
എന്തേയെന്നമ്മ ഉണർന്നെണീക്കാത്തു
എന്നുമിതില്ലാത്ത ശീലമാണേ
മെല്ലവേ നീക്കിയാ കീറപ്പുതപ്പവൻ
മുട്ടിലിരുന്നൊന്നെത്തി നോക്കാൻ
'ഒളിച്ചേ.'..ഞാനെന്ന് കൂകിവിളിച്ചവൻ
ഒത്തൊരാ മുല്ലപ്പൂദന്തം കാണായ്
ഇല്ല മിഴികളടഞ്ഞു തന്നെ
ഇല്ലിനി കാണില്ലെന്നോമനയെ
അമ്മേ... വിളിച്ചവൻ ചാരത്തു ചേരവേ
അകറ്റിയാ സോദരൻ പൊൻമുത്തിനെ
കാണരുതെൻ കണ്ണേ കണ്ണീർ പൊടിക്കാൻ

കല്ലായ് വച്ച ഞാനെൻ മാനസം
നരകമാം വാരിധി നീന്തി നീന്തി
നന്മയാം കര പറ്റി ആ ജനനി
ആരോമലാളവൻ പുഞ്ചിരിപ്പൂ
അമ്മയെ നോക്കിയകലെയായി
ചുടുകാറ്റൊന്നു വീശിയാ ചുറ്റിലും
ചുടുകണ്ണീരിനാലാപ്രകൃതി
എല്ലാം നൽകി നിനക്കെന്ന വാദം
എന്തേ വ്യർത്ഥമായ് തോന്നുന്നുവോ....

എന്നെ തേടുന്ന സരണികൾ

ഇനിയൊരു നാളിലും
നിൻ വിഭാതങ്ങളിൽ
നീഹാരമായ് ഞാൻ കുളിരുകില്ല...
ഇനിയൊരു നാളിലും
നിൻ മണിവീണയിൽ
മമരാഗതാളങ്ങൾ മീട്ടുകില്ല...
ഇനി നിന്റെ സ്മൃതിതൻ
പൊന്നോലത്താളതിൽ
എൻ മയിൽപ്പീലിയൊളിക്കുകില്ല...
ഇനിയൊരു രാവിലും
നിൻ മനോമുകുരത്തിൽ
ഞാനെന്ന ചിത്രം തെളിയുകില്ല....
ഒരു മാത്ര പോലുമിനി
നീയെൻ മിഴിപ്പൂവിൽ
ന്മേരമാം സൗരഭ്യം പൂശുകില്ല...
ഒരു രാത്രി പോലുമിനി
നിൻ നീലരജനിയിൽ
ഞാനെന്ന രാപ്പാടി പാടുകില്ല....
ഒരു വേള പോലുമിനി
മ്മ ജീവ ശ്വാസങ്ങൾ
തവ ജീവസ്പന്ദങ്ങളാവുകില്ല...

നിൻ പാട്ടിൽ ശ്രുതി ചേരാൻ
ഇനിയെൻ മഷിത്തുള്ളി
വർണങ്ങൾ വാരി വിതറുകില്ല.
ഇനി നിന്നധരങ്ങൾ
ചുംബിച്ചുണർത്തുന്ന
മുള വേണുവായ് ഞാൻ മൂളുകില്ല.
നിന്നംഗുലീയങ്ങളിനി
തഴുകിത്തലോടുന്ന
കുഞ്ഞരിപ്രാവായ് ഞാൻ കുറുകുകില്ല
നിന്നക്ഷരപ്പൂക്കളിൽ
- തേൻ നിറയ്ക്കാനിനി
മധുകരമായി ഞാൻ പറന്നിടില്ല
നിൻ കിനാപക്ഷികൾ
ചേക്കേറും സന്ധ്യയിൽ
ഞാനെന്ന താരകമിനി മിന്നിടില്ല
നിന്നനുരാഗത്തിൻ
സുഖമുള്ള നോവിലിനി
സുരബിന്ദുവായ് ഞാൻ പെയ്തിടില്ല
നിൻ മരച്ചില്ലയിൽ
നീ കൂട്ടും കൂട്ടിൽ ഇനിയി-
ണക്കിളിയായ് ഞാൻ കൊഞ്ചുകില്ല.
എന്നെ തേടുമാ
ജീവന്റെ സരണിയിൽ
കാലമേ...കൈത്തിരിയായ് തെളിയൂ...

●

മരം

പച്ചപ്പൂങ്കുട നീർത്തി വിടർത്തിഞാൻ
പച്ചപ്പിൻ തണലായിത്തന്നെന്റെ ജന്മം
മാംസളമേറുമെൻ മാധുര്യവും
മണമേറും സുന്ദര സുമശയ്യയും
നുകർന്നാർത്തുൻമത്തനായ് നീ
നരനായ് നരിയായ് വാണിതേ ഭൂവിൽ
താണു തലോടുമെൻ തരളമാം ശാഖിയിൽ
തേനുണ്ട് താരാട്ടിൻ വീണ മീട്ടി
ഊഷരമാകുന്നൊരുഷ്ണതയിലും
ഊർജമായ് നിന്നിലലിഞ്ഞതും ഞാൻ
ചോരയും നീരുമൂറ്റിക്കുടിച്ച നീ
ചില്ലയറുത്തു നീ ചണ്ടാടമാക്കി,
ചീറ്റിത്തെറിച്ചൊരാ ചോര ചുവപ്പിലും
ചിരിച്ചാർത്തു ചുംബിച്ച എന്നിലെ എന്നെ നീ
അകതാരിൽ വിങ്ങുമാ പ്രാണന്റെ നോവിലും
അരുമയായ് നിന്നെ ഞാൻ വാരിപ്പുണർന്നില്ലേ
കാണേണ്ടതൊന്നും കണ്ടില്ല നീ
കാര്യങ്ങളേതുമറിഞ്ഞില്ല നീ
മൃതമായ മേനിയും ചവിട്ടീരസിച്ച നീ

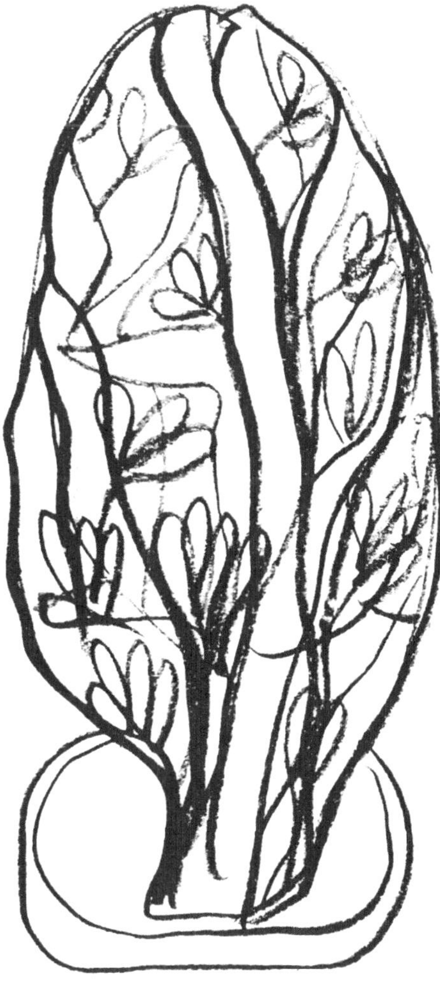

മൃത്യുവിൻ മൂളിച്ച കേട്ടിടാതെ
വച്ച നീ കടയ്ക്കലായ് മഴവൊന്നൊട്ടുവിൽ
വരുമത് തിരികെയെന്നോർത്തിടാതെ

●

ഉത്രാടപ്പൂക്കളം

ഞാനെന്റെ മുറ്റത്ത് പൂക്കളം തീർക്കവേ
പാട്ടൊന്നു പാടിയാ ചെണ്ടുമല്ലി

ആടിയാ ചെക്കിയും തുമ്പയും ചേർന്ന പോൽ
കണ്ണനെ കണ്ടപോൽ കാക്കപ്പൂവും

മുക്കുറ്റിയൊന്നു മയങ്ങി നിന്നു
മന്ദാരമോ ഒന്നുകണ്ണെറിഞ്ഞു

ള്ളുമയ്യെഴുതിയോ ശംഖുപുഷ്പം
താളത്തിലാടിയോ ചെമ്പരത്തി

പച്ചപ്പട്ടണിഞ്ഞൊരാ കാനന സുന്ദരി
ചെറുമണിപ്പയറുപോലൊന്നു കൊഞ്ചി

നമ്പ്യാർവട്ടത്തിൻ പുഞ്ചിരിയിൽ
മനം മറന്നങ്ങതാ സൂര്യകാന്തി

പകലോന്റെ കരം കോർത്താ പൂമഴയും
മാനത്തെ മഴവില്ലായ് വന്നണഞ്ഞു.

●

നീതിയുടെ കൂട്ടക്കൊല

കൂരിരുൾ ചുറ്റിലും കൂടൊരുക്കി
കൂർത്ത കൂരമ്പിൻ മുനയെറിഞ്ഞു
രാക്കോഴി ഉവൽ ചിക്കി ചിനക്കി
രാവിന്റെ ശോകം ചൊൽകയായി
അകലെയായന്നുമുദിച്ചുയർന്നു
അഭയമേകുന്നൊരാ സ്നേഹതാരം
ഇരട്ടറയന്നാ മൗനം കുടിക്കവേ
ഇരുമ്പഴിക്കുള്ളിൽ ചോര തിളക്കവേ
കട്ടത്തണപ്പാഞ്ഞു കടിക്കുന്നു
കരുണയെ കാലം വിഴുങ്ങിടുന്നു
അപ്പൊഴും ദൂരെയായ് മിന്നിനിന്നു
അരുണോദയത്തിൻ പൊൻ കിരണം
വർഷങ്ങളെത്രയോ വന്നുവെന്നാലും
വനരോദനമായ് വേദനയെന്നാലും
അന്തരാത്മാവിന്നാഴങ്ങളിൽ നിന്ന്
ആയിരാവർത്തിയായേക ചോദ്യം
തെറ്റെന്തു ചെയ്തു ഞാനന്നുമിന്നും
തേടേണ്ടതാരോടൊരുത്തരം ഞാൻ
കാണാമപ്പൊഴും ആർദ്രമാം സ്മേരം
കലാഴം വാത്സല്യമാർത്തിരമ്പി
പാപിയാം പകലന്ന് വെട്ടം വിരിക്കെ
പേരറിയാതൊരാൾ ചോദിച്ചതന്ന്

മറുചിന്തയേതുമില്ലാ മാനസം
മടിയാതേകിയാ രാസോപാധി
വിനാശകാലത്തെ വിപരീതമായ്
വിധി വിളയാട്ടക്കളിപ്പാവയായ്
തടവറ കൂർക്കം വലിച്ചുറങ്ങേ
താരകം കൺചിമ്മി രാവുറങ്ങേ
കനത്ത കിനാവിൻ നെടുവീർപ്പുകൾ
കൂട്ടായ് ചുറ്റും കാതിൽ തൊടുന്നു
എങ്ങുനിന്നോ വന്നൊരാ തെന്നലപ്പോൾ
എന്തോ പറഞ്ഞൊരു മൃദുസ്പർശമായ്
ആർത്തനാദങ്ങളാ പാതിരാവിൽ
ആരോ കഴുത്തിൽ പിടിമുറുക്കെ
ദൂരെ പെരുമരച്ചില്ലയിൽ കാണാം
ദേവിതൻ മിഴിമൂടും ചേലാഞ്ചലം
പാറിക്കളിക്കുന്ന ചോരച്ചിന്തുകൾ
പറയുന്ന കൂട്ടക്കുരുതിക്കഥകൾ
കബന്ധങ്ങളറ്റും ഖഡ്ഗം തെറിച്ചും
കരഞ്ഞെത്ര നാളുകൾ നീതിദേവി
കണ്ണീർ തപത്തിൻ കരുതലേകി
കനിവിൻ കരുത്തായ് നിത്യസത്യം

അന്നും.....
ഇന്നും....

എന്നും....
ചാരെയായ് ചേരുന്ന നിത്യസത്യം....

അവൾ തിരയുന്ന സ്നേഹരാഗം

ഒരു തരി സ്നേഹത്തെ തിരയുന്ന മാനസം
ഒരു മാത്രയന്നു തിരിഞ്ഞു നോക്കി.
കണ്ടവളന്നാ തിളങ്ങുന്ന കൺകളിൽ
കാണാത്ത കാഴ്ച്ചകൾ നൂറായിരം
കണ്ണുകളന്നെത്ര കഥ പറഞ്ഞെന്നോ
കേൾക്കാതെ കേട്ടതോ മൗനരാഗം
കേട്ടൊരു രാഗങ്ങൾ ഹൃദയമാം തന്ത്രിയിൽ
സപ്തസ്വരങ്ങളും ശ്രുതി മീട്ടി
ആ നാദധാരയിൽ അവളലിഞ്ഞാർദ്രമായ്
ആനന്ദ നിർവൃതീ പകർന്നേകിയോ
മോഹങ്ങൾ പൂക്കവേ താളങ്ങൾ മുറുകിയോ
മീട്ടിയ രാഗങ്ങൾ ശ്രുതി പിഴച്ചോ
തിരയുകയാണാ സ്വപ്നങ്ങളിന്നും
ശ്രുതി ശുദ്ധമാമൊരു സ്നേഹരാഗം

ഒരു തരി സ്നേഹത്തെ തിരയുന്ന മാനസം
ഒരു മാത്രയന്നു തിരിഞ്ഞു നോക്കി.
കണ്ടവളന്നാ തിളങ്ങുന്ന കൺകളിൽ
കാണാത്ത കാഴ്ച്ചകൾ നൂറായിരം
കണ്ണുകളന്നെത്ര കഥ പറഞ്ഞെന്നോ

കേൾക്കാതെ കേട്ടതോ മൗനരാഗം
കേട്ടൊരു രാഗങ്ങൾ ഹൃദയമാം തന്ത്രിയിൽ
സപ്തസ്വരങ്ങളും ശ്രുതി മീട്ടി
ആ നാദധാരയിൽ അവളലിഞ്ഞാർദ്രമായ്
ആനന്ദ നിർവൃതീ പകർന്നേകിയോ
മോഹങ്ങൾ പൂക്കവേ താളങ്ങൾ മുറുകിയോ
മീട്ടിയ രാഗങ്ങൾ ശ്രുതി പിഴച്ചോ
തിരയുകയാണാ സ്വപ്നങ്ങളിന്നും
ശ്രുതി ശുദ്ധമാമൊരു സ്നേഹരാഗം

●

മോഹശകലങ്ങൾ

ഞാനായിരിക്കണം
ഒരു ദിവസമെങ്കിലും
എന്നെ
എന്നിലെ എന്നെ
തൊട്ടറിയ വേണം

രാത്രി മുഴുവൻ തനിച്ചിരുന്ന്
രാത്രിയെ നോക്കണം.
എന്നെ നോക്കുന്ന താരമാം നിന്നെ
കാണാത്ത ഭാവത്തിൽ

ചറപറെ പെയ്യുന്ന
മഴയിൽ കുളിക്കണം
നനഞ്ഞൊട്ടി കളിക്കണം
ഉയരത്തിൽ ചാടി
ചളിവെള്ളം തെറിക്കണം

അനുഭൂതിയാകണം
ആനന്ദമാകണം
ആത്മാവിൻ ദാഹം
ആറിത്തണുക്കാൻ

നിറയെ പറയണം
ഒരു നൂറു കാര്യം

കാണാതെ കേൾക്കണം
സ്നേഹം മണിയുന്ന
ഗംഭീരനാദം
നുകരണമാവോളം
അകലെ പരക്കുമാ
പ്രണയച്ചുവപ്പിന്റെ
മധുവൂറും തുള്ളികൾ
●

പൊട്ടൻ

'കൊണ്ടുക്കുട്ടിയ ചൊവ്വറേ.....'
വിളിക്കുന്നു പൊട്ടൻ
ആർത്തട്ടഹസിച്ചുൻമത്തനായ്
അഗ്നിയാവാഹിച്ച്
ഉതിർക്കയായിരുട്ടിലെ
മിന്നാമിനുങ്ങുപോൽ
വിഷ്ണു ലോകമാക്കി വീണിടം
ഇടം കാൽ കുത്തി
വലംകാലേറ്റി
സമത്വം പറയുന്ന പൊട്ടൻ
സോഷ്യലിസം പറയുന്ന പൊട്ടൻ
പണ്ഡിതശ്രേഷ്ഠനേയും
മുട്ടുകുത്തിച്ച പൊട്ടൻ
ഇടയിലൊന്നുത്ഥാനം ചെയ്ത്
ചൊവ്വത്തിയേം കണ്ട്
കനൽക്കട്ട പെറുക്കി
നാട്യത്തിൽ മണ്ടനായി
രാവിന്റെ അന്ത്യയാമത്തിൽ
നിന്റെ കുക്കുട ബലി
പിടയോ പിടയ്ക്കുന്നതോ
പൊട്ടത്തരം കെങ്കേമം
വാഴ്ക...വാഴ്ക.... തെയ്യേ
വാഴ്ക... വാഴ്ക....

●

എല്ലാം ശരിയായി

വീട്ടിലെന്നും അവൾക്ക്
മുൻഗണന
വല്ലാത്ത മുൻഗണന
അതും ഒരൊന്നന്നര മുൻഗണന
അവൾ ചെയ്താലേ ശരിയാവൂ
എന്തും
കൈപ്പുണ്യം
അതെന്റെമ്മയക്കു പറഞ്ഞതാ
വൃത്തി
എന്റെ ഭാര്യേ.....
നിന്നെ തോല്പിക്കാനാരുണ്ട് !
ഷർട്ട്
നീ തേച്ചാലേ ശരിയാവൂ
കറുപ്പിക്കൽ
കറുപ്പിക്കാൻ മിടുക്കി,അതും
വെളുപ്പിനെ ഒന്നൊഴിയാതെ
പഠിപ്പ്
ഈ അച്ഛനൊന്നുമറിയില്ല
എന്നെ അമ്മ പഠിപ്പിച്ചാൽ മതി
നീയില്ലെങ്കിൽ....
ഹോ!.. എങ്ങനെ.. ചിന്തയ്ക്കതീതം !
അവളൊന്നു വീണു

നടപ്പാവതില്ലാ കിടപ്പിലായി
നാവാറവേ നീട്ടി വിളിച്ചു
തിരക്കിലാണെല്ലാവരും
പാവങ്ങൾ ! എല്ലാം ചെയ്യേണ്ടേ....
ഒരിറ്റു നീരിന്റെയടങ്ങാത്ത വേവിലും
ഒന്നെഴുന്നേൽക്കാനായി മോഹം
പക്ഷേ.... വേണ്ടിയിരുന്നില്ല
അപ്പോഴേക്കും
ശരിയായിരുന്നു എല്ലാം....

●

കേരളീയം

ധന്യയാം കൈരളീ കേഴുന്നുവോയിന്ന്
ധന്യതയോർത്തോർത്തു കേഴുന്നുവ
പാടത്തിനോരത്തെ പച്ചാൽത്തറയിലെ
പാവമാം സായാഹ്നമെങ്ങു പോയി....
കറികഞ്ഞി വച്ചുണ്ട് കോക്രി കാട്ടീടുന്ന
കുസൃതിയാം കുട്ടങ്ങളെങ്ങു പോയി....
ആർപ്പുവിളിച്ചു കൊണ്ടാനന്ദമാടുന്ന
അങ്കണം നിറയും കുറുമ്പെങ്ങു പോയി...
വേളിയും കണ്ട് വേദിയിൽ ചിരിചേർത്ത്
വയറൂട്ടും വമ്പൻവരിയെങ്ങു പോയി....
താരത്തിളക്കത്തിൽ നാദം മുഴങ്ങിടും
തുടി കൊട്ടും കൊട്ടാരമെങ്ങു പോയി...
ഒടുവിലെ യാത്രയിൽ വിടചൊല്ലി നനയുന്ന
ഒരുമതൻ കണ്ണീർപ്പുഴയെങ്ങു പോയി ...
കേരളയല്ല ഞാൻ കേരളം ചൊല്ലുന്നു
കേളികൊട്ടുയരട്ടെ കാലാതിവർത്തിയായ്
അതിജീവനത്തിന്റെ കേരളീയം
അവയേറ്റു പാടുന്നു നിന്റെ മക്കൾ
തിരികെ വന്നെത്തട്ടെ സായന്തനങ്ങൾ
തളിരിട്ടുപൂക്കട്ടെ സൗഭാഗ്യ സൂനങ്ങൾ
കരുതൽക്കരം ചേർത്ത് കാലത്തിനൊപ്പം
കാവലായ് നിൽക്കാം കൈരളിക്കായ്

ആഘോഷമാഹ്ലാദമാചാരമൊക്കെയും
ആ നല്ല നാളിൻ ചരിതങ്ങളൊക്കെയും
ധന്യതയാകണം കൈരളിക്കിനിയും
ധന്യമായ് മാറട്ടെ കേരളീയം

ആരുടേതാണിന്ത്യ?

മാനവീയം മറന്നു നീ
' മാനിഷാദ ' പാടിയോ
ഉറഞ്ഞു പോം ഹൃദയരക്തം
ഉൺമയാം ഭ്രാതൃബന്ധം
വന്യമാമീ കുടിലത
വെന്തുപോം സർവ്വവും
ജനാധിപത്യ മതേതരം
ജൻമനാടേ മഹത്വം
പറിച്ചെറിഞ്ഞുറഞ്ഞുതുള്ളി
പാപിയായൊരമ്മയും
ഇറ്റുവീഴും രുധിര മഴ
ഇരുട്ടുവീണൊരിന്ത്യയായ്
ഇന്ത്യയെന്റെ മാതൃരാജ്യം
പതിഞ്ഞു പാടും നാവുകൾ
' പ്രതിധ്വനിക്കുന്നുണ്ടവ
ആരുടേതാണിന്നെന്റെ ഇന്ത്യ?
ഇല്ലെനിക്കിന്ത്യയിന്ന്
ഇരുട്ടിലായി ഞാനുമിന്ന്
അന്നമൂട്ടും കൈകളറുത്തു
അരങ്ങിലട്ടഹസിച്ചു
പിടയും പ്രാണനെ ഞെരിച്ചും
കുനിച്ചു കുത്തിനോവിച്ചും

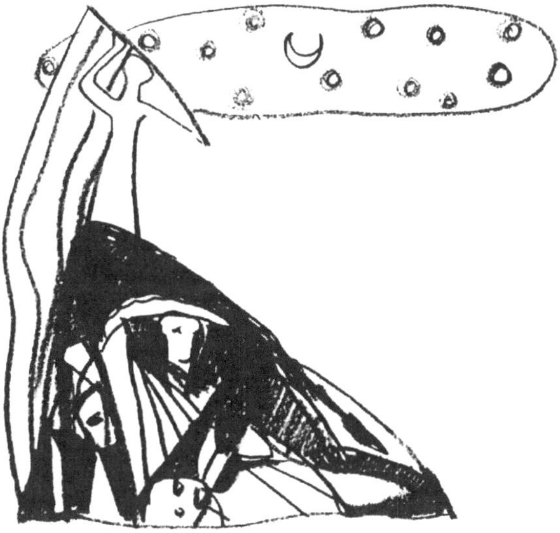

കാലകേയകളിയാട്ട -
മാടുന്നിതാർക്കു വേണ്ടി
കാലനെയും കൊന്നിടും
കാളകൂടമാർക്കു വേണ്ടി
നാവടക്കി നീ ചെന്നിട്ടു
നാട് നിന്നെ ചേർത്തിടും
വേട്ടയാടില്ല വന്യത
വേരറുക്കില്ല നിയമം..... ഇല്ല...
വേരറുക്കില്ലൊരു നീതിയും...

●

നിന്നോടെനിക്കെന്നും പ്രണയം...

നിൻ പച്ചവാർമുടി വിടർത്തിയഴിച്ചിട്ട്
നിതംബം മറച്ച നീ നിന്നീടവേ
പിന്നാലെ വന്നൊന്നു വാരിപ്പുണർന്നിടാൻ
നിന്നോടെനിക്കെന്നും പ്രണയമാണ്.....

നീല നിലാവിന്റെ ശീതളഛായയിൽ
നീ മൂളുമാർദ്രമാം മോഹനം ശ്രുതി ചേർത്ത്
നിൻ മേനി തൊട്ടൊന്നോമനിക്കാൻ
നിന്നോടെനിക്കെന്നും പ്രണയമാണ്.....

നിന്റെ നിശ്വാസത്തിൻ മധുരഗന്ധം പേറും
നിന്റെ ഇരുട്ടിലെ കുവളപ്പൂക്കളിൽ
നിറയുമാ ലഹരിയെ പതിയെ ചുംബിച്ചിടാൻ
നിന്നോടെനിക്കെന്നും പ്രണയമാണ്.....

തെന്നലിൽ ചാഞ്ചാടും നിന്നംഗുലീയങ്ങൾ
പ്രേമാർദ്രമായെന്നെ തൊട്ടു വിളിക്കുമ്പോൾ
എൻ മോഹശലഭങ്ങൾ നിൻ കാതിൽമൊഴിയും
നിന്നോടെനിക്കെന്നും പ്രണയമാണ്.....

മദാലസയൗവനം നീന്തിത്തുടിച്ചിട്ടും
മാദകച്ചുര മാന്തും നിന്റെ കുചങ്ങളിൽ.....
ആശ്ലേഷമധുരമോടൊന്നമർന്നീടാൻ
നിന്നോടെനിക്കെന്നും പ്രണയമാണ്.....

ഗൂഢമാം നിന്നിരുട്ടാഴങ്ങളിൽ
ഗാഢം പുണരും ഹരിതപ്പൃതപ്പിൽ
തമ്മിൽ പുൽകിയൊന്നനുഭൂതി പകരാൻ
നിന്നോടെനിക്കെന്നും പ്രണയമാണ്.....

●

അസ്തമയം

അസ്തമയമായ് - - -
അക്ഷരങ്ങൾ ബാക്കിയായ്
തേങ്ങിയാ കുഞ്ഞിളം പറവകൾ
നിശ്ശബ്ദമായോ താഴ് വരയും
ആറൻമുളയുടെ മൗന നൊമ്പരം
രാത്രിമഴ പോൽ പെയ്തിറങ്ങവേ
അകലെയാ രാപ്പാടി പാടാൻ മറന്നു പോയ്
അഭയമായൊരാ കരംവിട്ടകലവേ..
കൃഷ്ണവനത്തിലൊരിളം തെന്നലിൽ
അഴലായൊഴുകവേ വേണുഗാനം
കൃഷ്ണാ.. എത്തിയോ നിൻ സഖീ...
നീ അറിയാത്ത നിന്റെ രാധയായ്
തന്തണിയും തന്തകളും മൂകമായ് [illegible]
തവ തോഴി തിരികെയില്ലെന്നറിഞ്ഞിട്ടും
അമ്പലമണികൾ മുഴക്കിയകതാരിൽ
ആയിരമക്ഷരങ്ങൾ കുറിച്ചിട്ടു നീ
തളർച്ചയ്ക്കു താങ്ങായ് മാറോട്ടു ചേർത്തു നീ
താരാട്ടുപാടി പാലൂട്ടുമമ്മയായ്
തൊട്ടുകൂടാത്തൊരീ കെട്ട ലോകത്ത്
കൂട്ടമില്ലാത്തൊരീ കൂരിരുട്ടിൽ
ഒന്നിനും വയ്യെന്ന നിനവിലാപ്രാണൻ

ഒട്ടൊന്നു പാറിപ്പറന്നതാണോ
തളിർക്കട്ടെ നവസുമങ്ങളാ വീഥിയിൽ
കാത്തിടാം കൊഴിഞ്ഞിടാതവയെ നമുക്ക്....
●

ഒളിച്ചോട്ടം

പുറത്തും അകത്തും
പൊതുയിടത്തും
പോകുന്നിടത്തെല്ലാം
കൂട്ടിനുണ്ട് വീട്
ഒടുവിൽ മടുത്തു
മടുത്ത് മടുത്ത്
മധ്യാഹ്നമായപ്പോൾ
അവൾക്കങ്ങേയറ്റം മടുപ്പായി
ഉണരും തൊട്ട് ഉറക്കം വരെയുള്ള
ഈ വീട്ടു കൂട്ട്
കൂട്ടിനോടവൾ മൊഴിഞ്ഞു
കൂട്ടേ, ഒരു മാറ്റം വേണം
ഞാനിനി ഒറ്റക്കാ
പൂട്ടിയിറങ്ങേണ്ട താമസം
വീട് ചാടി കൂട്ടായി
ഒളിച്ചോടുക തന്നെ രക്ഷ
അവളോതി അവളോട്
പക്ഷേ... എങ്ങോട്ട്
കാതങ്ങളകലെയാവണം
കണ്ടെത്തലസാധ്യമാകണം

ഒടുവിലവളുത്തുചെയ്ത്ത
ഒളിച്ചോടി ഒരുപാടു ദൂരേയ്ക്ക്
വീടിന് മറ്റൊരു കൂട്ടുമായി !

ബൊലേക്ക്

അന്തരംഗത്തിലെൻ മന്ത്രണം
അഭിമാനിപ്പൂ ഞാൻ അഹങ്കരിപ്പൂ
നിൻ ജാതിയിൽ പിറന്നവൾ ഞാൻ
നിൻ കുലത്തിൽ വളർന്നതും
ആരുടെ കണ്ണിലെ കരടായി നീ
ആ മൂഢസിംഹാസനങ്ങളിളക്കി
പ്രാണത്യാഗം ചെയ്തു നീ
പ്രതികാരദാഹിയായ്
ഭരണകൂടദുർഭ്രതങ്ങളേ....'
ഭയക്കും നിങ്ങളീ യുവവിപ്ലവത്തെ
പാടും പറവയെ കൂട്ടിലടച്ച്
പാട്ടിനെ പാഴാക്കും മണ്ടത്തരം
അന്ത്യശ്വാസത്തിലൊരിറ്റ നീരും
അരുതെന്നോതിയാ ചോരത്തിളപ്പിനെ
മാനിയെന്നലറി ആ മധുരനാദം
മൃതിയെ വരിച്ച് സ്വതന്ത്രയായ്
പാതിയടഞ്ഞൊരാ മിഴിപ്പൂക്കളെ നോക്കി
പാഴായ പാട്ടൊന്നു മൂളിയോ നിൻ സതീർത്ഥ്യൻ
പാരതന്ത്ര്യത്തിൻ മുൾമുനയൊടിച്ച്
പാടി നീ പാരിൻ വെളിച്ചമായി
കുറിക്കട്ടെ ഞാനീ വരികളെങ്കിലും
കുടയട്ടെ കുങ്കുമ ചോപ്പുകൾ ഞാൻ

രക്തനക്ഷത്രമേ നീ സ്വീകരിക്കു
രക്തപുഷ്പങ്ങളാമീ അശ്രുബിന്ദുക്കളെ
രക്തസാക്ഷി നീ ഹെലിൻ ബൊലേക്ക്
തുർക്കി തൻ തിലകക്കുറിയാണ് നീ
അഭിവാദനങ്ങൾ സുധീരേ നീ
ആയിരമോർമ്മകളായ് പുനർജനിപ്പൂ

●

ചെരുപ്പ്

അരുത് വിവേചനം
പിന്നിൽ നടക്കണ്ട
മുന്നിലും നടക്കണ്ട
നടക്കണമൊപ്പം

ഹർഷാരവദുന്ദുഭി
ആവേശത്തിരയിളക്കം
വാഗ്ധോരണി കേമം

മേളം മേളപ്പെരുക്കം
സെൽഫി മയം

തരളം പുളകിതഗാത്രം
ഉയരെ പൗരുഷ രോമം

വീടെത്തി വിളക്കണഞ്ഞു
മെത്ത പുൽകുന്ന നായകൻ

പതിയെ വന്നാ പാദസരം
പെറുക്കി കൂട്ടി ചെരുപ്പുകൾ
ചുരുട്ടിയെടുത്തു വിയർപ്പുകൾ
ഒരുക്കി വച്ച നാളത്തെയണിയലം
കാത്തു വച്ച പതിധർമ്മം

●

കുഞ്ഞുണ്ണിയും പൂമ്പാറ്റയും

പുള്ളിച്ചിറകുള്ള പൂമ്പാറ്റേ
പാറിപ്പറന്നു നീ എങ്ങോട്ടാ.....

പാടത്തെ വീട്ടിലെ പൂന്തോപ്പിൽ
പാറിക്കളിക്കാൻ പോകയല്ലോ....

ആരു നിനക്കേകി പൂമ്പാറ്റേ
വർണാഭയോലുമീ പട്ടുടുപ്പ്

താരണിക്കാട്ടിലെ മാമണിമേട്ടിലെ
മാമരമുത്തച്ഛൻ തന്നതാണേ....

ചേട്ടനും ചേച്ചിയും കൂട്ടായ് നിനക്കില്ലേ
നീയെന്താണിങ്ങനെ ഏകയായി....

ചേട്ടനും ചേച്ചിയും ഇല്ലെനിക്കെന്നാലും
കൂട്ടായെനിക്കുണ്ട് കുഞ്ഞുപൂക്കൾ

കൂടെക്കളിക്കാനും പൂക്കളെ കാണാനും
കൂടെ പോന്നോട്ടെ ഞാനുമെന്നാൽ

ഏകയായ് പാറിപ്പറന്നിടാം ഞാൻ
പോയി പഠിച്ചിട്ടു കുഞ്ഞുണ്ണി നീ.

മൗനാനുരാഗം

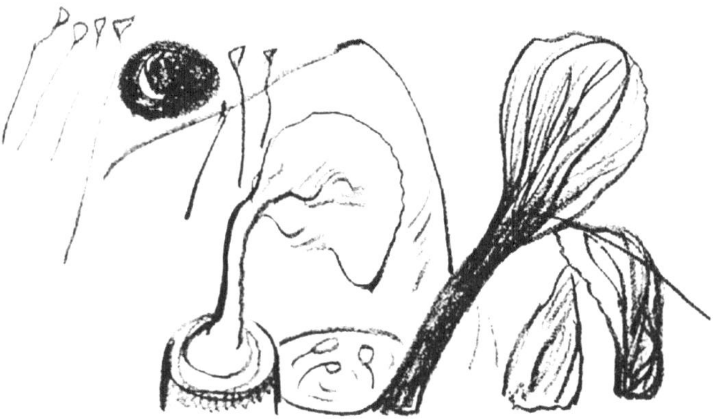

സായന്ധനാരുണൻ ചെമ്പട്ടണിയവേ
സാന്ധ്യ രാഗം മൂളി സന്ധ്യ വന്നു.
പൊയ്കയിൽ നീരാടി മഞ്ജുതരയായി
പ്രണയാർദ്രയായിതേ നെയ്തലാമ്പൽ
എന്തിനെന്നറിയാതെ ഏതിനെന്നറിയാതെ
എന്തോ തിരയുന്നാ നീരദ പാളിയിൽ
താരങ്ങൾ കൺചിമ്മി കളിവാക്കു ചൊന്നപ്പോൾ
താളത്തിലവളൊന്നു കുണുങ്ങി നിന്നു.
നീരലയിളകിയോ പൂവമ്പനെ കണ്ടോ
നാണത്തോടൊന്നു കണ്ണെറിഞ്ഞോ
ഇരുട്ടിന്റെ കമ്പളം മറയാക്കി മാമരം
ഇലമർമ്മരം പെയ്താസ്വദിച്ചു.... ആ
മൗനാനുരാഗത്തിൻ മധുമാധുര്യം...

●

ഇനി.....

ഇനിയൊന്ന് വാനിൽ പറന്നീടണം
പറവയെ പോലെചിറകിട്ടടിക്കണം
ഇനിയൊന്ന് മഴയിൽകുളിർന്നീടണം
പുഴയെ പോലെ തഴുകീടണം
ഇനിയൊന്നുറക്കെ ചിരിച്ചീടണം
കുഞ്ഞിനെ പോലെ കളങ്കമറ്റീടണം
ഇനിയൊന്നുറങ്ങി കിടന്നീടണം
മരണംപോലെ ശാന്തമായീടണം
ഇനിയൊന്ന് നൃത്തം ചവിട്ടീടണം
കാളീയനെ പോൽ ഫണം വിടർത്തീടണം
ഇനിയീ മനംപോൽ പ്രണയിക്കണം
ചുംബന ചോപ്പൊന്നൊണിഞ്ഞീടണം
ഇങ്ക്വിലാബൊന്നു വിളിച്ചീടണം
ഗർജനം പോലെ നാടറിഞ്ഞീടണം
ഇനിയൊന്ന് പോകണം യാത്രയൊന്ന്
കവി വര്യനെപ്പോൽ പഥികയായീടണം
ഇനിയൊന്ന് തേങ്ങിക്കരഞ്ഞീടണം
മനസ്സിന്റെ മുറിവുകൾ കഴുകീടണം
ഇനിയെന്റെ ഉള്ളം തുറന്നീടണം
നനവാർന്ന വർണങ്ങളെഴുതീടണം.

●

വിട

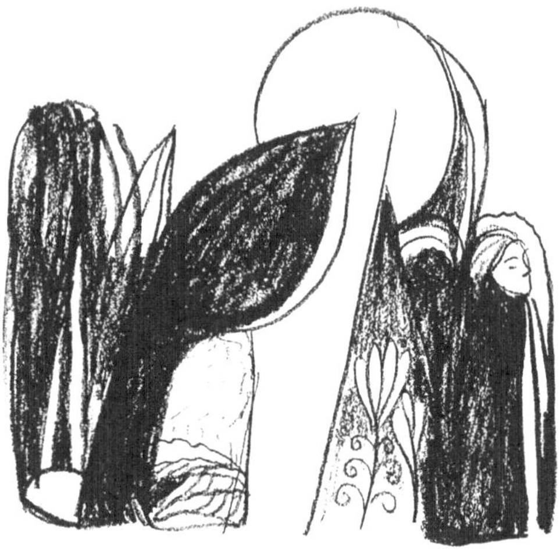

വിടയായ് പകലോൻ മന്ദമായ്
പ്രിയതോഴിയെ മുത്തിച്ചുവപ്പിച്ച്
കാതരേ...കാത്തിരിക്കു നീ
പോയ്‌വരാം ഞാൻ മമ സഖീ
അനിവാര്യമാമീ യാത്രയിൽ
ആനന്ദമേകിടും നിന്നോർമ്മതൻ മൃദുസ്പർശനം
വന്നെത്തിടും പനിമതി നിനക്കു കൂട്ടായ്
പാൽക്കടൽതിരകളിൽനിന്നെ തലോടാൻ
സന്ധ്യതൻ കവിളാകെ തുടുത്തുപോയ്
നെറുകതൻ സിന്ദൂരമാകെ പരന്നിതേ
കണ്ടൊരു താമര നാണിച്ചു മെല്ലവേ
നീൾമിഗി ഉമ്പി ഒ.റുവൊന്നു ഒ.ാട്ടിരയാ
നീലിമയോലുമാ ഓളങ്ങൾ കൈ നീട്ടി
വാരിപ്പുണരവേ അരുണാർക്കനെ
ഇരുട്ടിന്റെ നേർമയാം കമ്പളം നീട്ടി
വരവായ് നീലനിശീഥിനിയും
ഇരുട്ടിനൊരു വെളിച്ചവും രാവിനൊരു പകലും
കറുപ്പിനൊരു വെളുപ്പും ശാശ്വത സത്യമേ
പറയാതെ പറയുമീ പ്രപഞ്ച സത്യം
പാരിനലിഖിത നേർകാഴ്ചയോ...

●

കനൽച്ചൂട്

എരിയുന്ന പുകയുന്ന
അഗ്നിനാളങ്ങൾ പൊതിയുന്ന
കുത്തിയിറക്കുന്നകഠാരയാരോ
ചുടുചോര ചീറ്റിത്തെറിക്കുന്നുചുറ്റും
ഹൃദയം നുറുങ്ങുമീ വേദനയിൽ
അന്തരംഗത്തിനുള്ളിലലയടിച്ച്
സംഹാരതാണ്ഡവമാടുന്ന
കശക്കിയെറിയുന്നതെൻമാനസം
ദീപങ്ങളെല്ലാമൂതിക്കെടുത്തി
തമസ്സിലാക്കിയെൻ മോഹങ്ങളെ
ചവിട്ടിയരച്ചതെൻ സ്വപ്നങ്ങളെ
വിരണ്ടോടുന്ന വിത്രുപിയായഞാൻ
പഞ്ചേന്ദ്രിയങ്ങളുംപുകഞ്ഞുകത്തി
അഷ്ടദിക്കുംകൊട്ടിയടക്കുന്ന
കവാടങ്ങൾനടുങ്ങുന്ന
കൂരിരുട്ടിലും മിഴി തേടുന്നതാരെ
കാതോകൊതിക്കുന്നതാരെ
കൈനീട്ടുവതാരെനേർക്ക്
പദചലനങ്ങൾതൻപാതയെവിടേക്ക്
തനുതളരുന്നുണ്ടൊന്നണയാനാഞ്ഞ്
കാണാമകലെയായാമോഹത്തുരുത്ത്
മാനത്തെ പൂന്തിങ്കൾ പോലവേ

ഭ്രമമാണെനിക്കൊന്നെത്തിപ്പിടിക്കാൻ
ആർത്തിയുണ്ടെനിക്കൊന്നുതൊട്ടിടാനും
അകതാരിലായ്ഞാൻനട്ടനനപ്പുണ്ട്
നിറമുള്ളൊരായിരംകനവിന്റെശാഖികൾ
മിഥ്യയാണെല്ലാമെന്നറിഞ്ഞിട്ടും
മഴവില്ലിൻമായയാണെന്നറിഞ്ഞിട്ടും
എന്നിലെ എന്നെ തടവിലാക്കാൻ
ഇല്ലഞാനൊട്ടുംശ്രമിച്ചതില്ല
ജീവിതവീഥിതൻ കൊടുംകനൽച്ചൂടിൽ
ചാരമായ് പുകയുമെൻകുഞ്ഞുകിനാക്കളിൽ
മിന്നിമായുമൊരുപൊൻവെളിച്ചമായ്
അണയാതെവച്ചോട്ടെമനതാരിലെങ്കിലും
ചിപ്പിക്കുൾമുത്തുപോൽകാത്തോട്ടെഞാനത്
ഒരുനാൾമരണംവിളിക്കുംവരെ

●

ഞാനൊരു തൂവൽ

തൂവലായ് പാറിപ്പറന്ന കാലം
താളത്തിൽ ചിറകിട്ടടിച്ച കാലം
വാനത്തിൻ വർണമായ്
വേഗത്തിന്നധിപയായ്
വിജയിച്ച വാണൊരു നല്ലകാലം

ഇന്നീ മഷിക്കുട്ടിലിറങ്ങി നിൽക്കേ
ഇന്നിനെ തൊട്ടു ഞാനെഴുതിടുന്നു
ഇല്ലായ്മയെന്നാലീയിന്നുതന്നെ
ഇരുട്ടിന്റെ തോരണം തൂങ്ങിനില്പൂ
ഇടയിൽ പ്രകാശമായ് അക്ഷരങ്ങൾ

അകഷരപ്പൊലിമയായ് മഷി തൂകവേ
ആരോ വന്നെന്റെ മുനയൊടിച്ചു
അട്ടഹസിച്ചവരെന്റെ മഷിക്കുപ്പി
തട്ടിത്തെറിപ്പിച്ച് ദൂരേക്കെറിഞ്ഞു
തിരയുന്നു ഞാനാനിറഭേദങ്ങളെ
തളരാത്ത തനുവിൻ കരുത്തുമായി ...

●

മലയാളം

പൂമരപ്പെയ്ത്തിന്റെ രാഗമായി
പൂവാടി തന്നിലെ സൗരഭ്യമായ്
പൂത്തുമ്പിയായെന്നിൽ പാറിപ്പറന്നു നീ
പൂത്തെന്നിൽ പൂ പോലെ മലയാളമേ
കുഞ്ഞായൊരെന്നിൽ നീ അമ്മിഞ്ഞയായ്
കുഞ്ഞിളംചുണ്ടിന്റെ മാധുര്യമായ്
താരാട്ടുപാട്ടിന്റെ താളമായി
കരയുമ്പോളമ്മയായ് മലയാളമേ
വളരുന്നൊരെന്നിൽ നീ അറിവാകവേ
വാർത്തിങ്കൾ പോലെയു നിറവാകവേ
വിരിയട്ടൊരായിരം നവസുമങ്ങൾ
വാനോളമുയരുന്ന മലയാൺമയായ്
ഭാഷതൻ പുണ്യമാം മലയാളമേ
ഹൃദയത്തുടിപ്പായെൻ മലയാളമേ
പ്രാണന്റെ പ്രാണനാം മലയാളമേ
ജീവന്റെ ജീവനാം മലയാളമേ
വിജയിച്ചു വാഴ്കെൻ മലയാളമേ..

●

ചിലന്തി

വലയൊന്നു നെയ്തിവൻ കാത്തിരിക്കുന്നു
വന്നുവീഴുന്നൊരാ മാംസദളങ്ങളിൽ
വിഷവർഷം പെയ്താർത്ത് പൊട്ടിച്ചിരിക്കാൻ
വീറോടെ വിജയിയായ് വാണുല്ലസിക്കാൻ
മാനങ്ങളിൽ കൃത്യം മാതൃകയാക്കി
ലംബവും ചതുരവും നേരിലുംനേരായ്
ഇവനെത്ര ചതുരൻ അഗ്രഗണ്യൻ
ഇരയെ കുരുക്കുന്ന മിടുമിടുക്കൻ
ഒളിച്ചിരിപ്പാണുറക്കമൊണ്
ഒന്നുമറിയാത്ത പാവമാണ്
ഇവനേ അറിയൂ വലയിലെ കുരുക്ക്
ഒട്ടിപ്പിടിക്കുന്നൊരഴിയാക്കുരുക്ക്
കരുതണം കരുതലായ് കാത്തിടേണം
കാവലായ് കണ്ണുകൾ തുറന്നിടേണം.....

●

അവൻ

മിഴിനീർക്കുടവുമായ് വന്നവനിന്നലെ
വെള്ളിനൂലിഴകളായ് ധരണിതൻ നിറമാറിൽ
മുകിലിൻ കണ്ണീരായ് പെയ്തിറങ്ങി
കുളിരോലും നീർക്കണം വാരിപ്പുതച്ച ഞാൻ
ആ മാറിലൊന്നൊട്ടി നിന്നു പോയി
വളയിട്ടകൈകളിൽ അവനൊന്നു തൊട്ടപ്പോൾ
ശ്രുതിമീട്ടിയെന്നിലെ സ്വരരാഗതന്ത്രികൾ
തരുക്കളും പൂക്കളും പൂമരച്ചില്ലയും
പുഞ്ചിരിപ്പൂക്കളാൽ താളമിട്ടു
പുഴയിലെ ഓളങ്ങൾ വെള്ളിച്ചിലങ്കപോൽ
ചുവടൊന്നു വച്ചുകുണുങ്ങിനിൽക്കേ
ഞാനെന്റെ കടലാസു തോണിയൊഴുക്കി
നഷ്ടമാം ബാല്യമയവിറക്കി
ഇറ്റിറ്റു വീണൊരെൻ അശ്രുബിന്ദുക്കളോ
ആർദ്രമായിഅവനിലലിഞ്ഞുപോകേ
ഒരു കുഞ്ഞുകാറ്റെന്റെ കുഞ്ഞുമോഹങ്ങളെ
മെല്ലെ കവർന്നു പറന്നുപോയി.

●

വാക്കുകൾക്കൊപ്പം മിടിക്കാൻ തുടിച്ച്

പ്രകാശൻ കരിവെള്ളൂർ

ചിത്തത്തിനന്തമില്ലാത്തിടത്തോളം
ചിന്തകകളങ്ങനെ നീണ്ടു നീണ്ട്...

മനസ്സും ചിന്തയും തമ്മിലുള്ള ബന്ധമാലോചിച്ചപ്പോൾ ഉള്ളിലുണർന്ന ഈരടിയാണിത്. സത്യത്തിൽ ജീവിതം ഒരു ചിന്താപദ്ധതികൂടിയാണ്. ചെയ്യുന്നതിനും ചെയ്യാതിരിക്കുന്നതിനും പറയുന്നതിനും പറയാതിരിക്കുന്നതിനും കൂട്ടായി കുറേ ചിന്തകൾ നമ്മെ പിന്തുടരുന്നുണ്ട്. മൗനത്തിനും ശബ്ദത്തിനും ന്യായമായുണ്ട് ചിന്തകൾ. എന്ത് എന്തിന് എങ്ങനെ എപ്പോൾ എത്രത്തോളം?

ചിന്തയാൽ നിയന്ത്രിക്കപ്പെട്ട് തന്നെയാണ് നമ്മുടെ നിലപാടുകൾ.

സംഗീതാത്മക ചിന്തയാണ് കവിത എന്നൊരു നിർവചനമുണ്ടായിട്ടുണ്ട്. അപ്പോൾ ഗദ്യ കവിതയോ? എന്ന് ചോദിക്കണ്ട. ഗദ്യത്തിലും ഒരു താളമാകാം. ഇനി താളമേ വേണ്ട എന്നു വച്ചാലോ? അപ്പോഴും അത് ചിന്തയല്ലാതാവുന്നില്ല. ചുരുക്കത്തിൽ അന്തമില്ലാച്ചിത്തം - അതാണ്

ചിന്ത. അതിന്റെ ഉൽപ്പന്നമാണ് ശാസ്ത്ര നിർമ്മിതികൾ എന്നതു പോലെ കാവ്യ നിർമ്മിതികളും.

ബിന്ദുവിന്റെ കവിതകളിലെ ചിന്തകൾക്ക് വൈയക്തികവും സാമൂഹികവുമായ ആഭിമുഖ്യങ്ങൾ പ്രകടമായിത്തന്നെ കാണാനുണ്ട്. എഴുത്തിലെ വൈകാരികമായ അംശങ്ങൾ കാൽപ്പനികവും വൈചാരികമായ തിട്ടക്കങ്ങൾ യഥാതഥവുമാണെന്ന പരമ്പരാഗതമായ വിവേചനങ്ങളെ അപ്രസക്തമാക്കുന്ന പ്രമേയസ്വീകരണമാണ് പൊതുവേ ഈ കവി നടത്തിയിരിക്കുന്നത്. കാവ്യമോഹിനിയുടെ കാൽചിലമ്പൊലി കേട്ട് കാതരയായി സ്വയം മറക്കുന്ന കവി ഭ്രമ സ്വപ്നങ്ങളെ കാറ്റിൽപ്പറത്തിക്കളയാനും ശ്രമിക്കുന്നു. ലഹരി പിടിക്കുന്ന വേദനയിൽ മുഴുകിയൊഴുകുന്ന ചങ്ങമ്പുഴത്തവും വേദനകളെ കുഴിവെട്ടി മൂടി ശക്തിയിലേക്ക് കുതിക്കുന്ന ഇടശ്ശേരിത്തവും സമന്വയിക്കുന്ന കാവ്യാദർശമാണ് പല കവിതകളും വെളിവാക്കുന്നത്.

വേനൽമഴയും മുറിവിൽ നിനവും പുകയുന്ന ചൂടിൽ തെന്നലും ചുഴിയിൽ പിടയുമ്പോൾ ശ്വാസവും മൂകതയിൽ മുളക്കുന്ന നാക്കും ഇരുൾവഴിയിൽ വിളക്കുമാവുന്ന കവിതയെ ബിന്ദു സങ്കൽപ്പിക്കുന്നുണ്ട്. പ്രണയകാമനകളിലെ വൈകാരികാവേഗങ്ങളിൽ ഒഴുകി നഷ്ടപ്പെടുന്നില്ല ഈ സർഗചേതന. കവിതയോടുണർന്ന ആത്മാനുരാഗം വയലാറിന്റെ ആത്മാവിലൊരു ചിതയിലാണ് തുടങ്ങുന്നതെങ്കിലും തുഞ്ചനിലേക്കും കുഞ്ചനിലേക്കും കവിത്രയത്തിലേക്കും സ്വന്തം കാവ്യഭാവുകത്വം മോഹിനി എന്ന കവിതയിൽ കവി രേഖപ്പെടുത്തുന്നുണ്ട്.

സ്നേഹ രാഗം തിരയുന്ന ഏകാകിനി ഭാവനാലോകത്തിൽ മാത്രമായി അഭിരമിക്കാതെ പ്രകൃതിയുടെ - പെണ്ണിന്റെ - സമൂഹത്തിന്റെ സൂക്ഷ്മ രാഷ്ട്രീയത്തിൽ അറിഞ്ഞോ അറിയാതെയോ ഇടപെടുന്നതിന്റെ പരിണിത ഫലങ്ങളാണ് ഈ സവിശേഷ ഘടനയിലുള്ള രചനകൾ. നീ - ഞാൻ എന്ന ദ്വൈതാദ്വൈതങ്ങൾക്കിടയിൽ ബിന്ദു അലിവിന്റെ - അമർഷത്തിന്റെ - നിരാശയുടെ - പ്രത്യാശയുടെ സമ്മിശ്ര ഭാവങ്ങളാണ് തുന്നിച്ചേർക്കുന്നത്. ദൈന്യത ചിലപ്പോൾ മൂക

നിസ്സംഗതയും മറ്റ് ചിലപ്പോൾ ഉറക്കെയുള്ള പ്രതികരണവുമായി പരിണമിക്കുന്നുണ്ട്. കേരളത്തെക്കുറിച്ചുള്ള ബിന്ദുവിന്റെ ആകുലതകൾ കേരളീയം എന്ന കവിതയിൽ മുഴങ്ങുന്നുണ്ട്. നഷ്ട സ്വർഗം എന്ന ചിന്തയ്ക്ക് യഥാർത്ഥത്തിൽ ഗൃഹാതുരമാത്രമായ അർത്ഥമല്ല ഉള്ളത്. അഥവാ ഗൃഹാതുരത തന്നെ കേവലചിന്തോദ്ദീപകവുമല്ല. അതിന് മന:ശാസ്ത്രവുമായി ബന്ധമുണ്ട്. ആതുരത ഒരു രോഗാവസ്ഥയാണ്. എന്നിട്ടും ഗൃഹം നമുക്ക് ആതുരതയാവുകയും ആ ആതുരത നമുക്ക് പ്രിയപ്പെട്ടതാവുകയും ചെയ്യുന്നു! അതിന് കാരണം നമ്മളോരോരുത്തരും ഉരുവം കൊണ്ടതും ആ പ്രാണൻ ഒരു പ്രാണിയായി വികസിച്ചതും ഒരു ജൈവഗൃഹത്തിലാണ്. അത് മാതൃഗർഭപാത്രമാണ്. അവിടെ പൊക്കിൾച്ചരടിനാൽ ബന്ധിതരായിരുന്നവർക്ക് അതിൽ നിന്ന് സംഭവിക്കുന്ന വിഛേദമാണല്ലോ ജന്മം. പ്രശ്നം അവിടെ തീരുന്നില്ല. അതുണ്ടാക്കിയ മുറിവ് പുറമേ, വയറ്റത്തൊരു ചെറു കുഴി മാത്രമാണ്. എന്നാൽ അകത്ത് അത് സൃഷ്ടിച്ച ആഘാതം അഗാധവും ഏറിയോ കുറഞ്ഞോ മരണം വരെ തുടരുന്നതുമാണ്. കാട്ടിൽ നിന്ന് നാട്ടിലേക്ക് വികസിച്ച നാഗരികതയും ആ ആദിമകാനന ജീവിതത്തെ ഉള്ളിലൊരു ഗർഭവസതിയുടെ സ്മൃതിയായി പേറി നടക്കുന്നുണ്ട്. അതുകൊണ്ടാണ് പ്രകൃതിയെ നശിപ്പിച്ച നേടിയ സൗകര്യങ്ങളുടെ ഉപഭോക്താക്കളാവുമ്പോഴും പ്രകൃതിനഷ്ടം ചിന്തിക്കുന്ന മനസ്സുകളെ അസ്വസ്ഥമാക്കുന്നത്. പിറന്ന വീടും വളർന്ന നാടും പോലുള്ള ജന്മ സാഹചര്യത്തെച്ചൊല്ലിയുള്ള ആകുലതകൾ പ്രകടിപ്പിക്കാത്തവരുടെ പോലും ഉള്ളിലുണ്ടാവാം. നമ്മുടെ താളപ്പിഴകൾക്ക് പിന്നിൽ അത്തരം ചില കാരണങ്ങൾ കൂടി തിരയേണ്ടതുണ്ട്. നീതിയുടെ കൂട്ടക്കൊല ചുറ്റിലും താണ്ഡവമാടുമ്പോൾ പെണ്ണും പ്രകൃതിയും ദുർബ്ബലരും ചൂഷണം ചെയ്യപ്പെടുന്ന വ്യവസ്ഥിതി തിടം വെക്കുകയേയുള്ളൂ. തിരുത്തൽ ശ്രമങ്ങൾ ക്ഷീണിക്കുന്നത് സമൂഹത്തിന് ഇച്ഛാശക്തി നഷ്ടപ്പെടുമ്പോഴാണ്. അതുകൊണ്ടാണ് എല്ലാം ശരിയായി എന്ന ശീർഷകം ആ കവിതയിൽ പ്രമേയമായ സ്ത്രീ ജീവിതത്തിന് പുറത്തേക്ക് വളരുന്നത്

പ്രകൃതിയും പുരുഷനും എന്നൊരു സങ്കൽപ്പം ഭാരതീയതയിലുണ്ട്. ആ അർത്ഥത്തിൽ പ്രകൃതി സ്ത്രീ തന്നെയാണ്. രണ്ടും ഒന്നാവുന്ന ഒരു പ്രമേയപരിചരണ രീതി ബിന്ദുവിന്റെ ചില കവിതകളിൽ കലരുന്നുണ്ട്. മരം എന്ന കവിത അതിന്റെ പ്രത്യക്ഷസാക്ഷ്യപത്രമാണ്.

വ്യക്തിയുടെ ആന്തരിക ലോകം രൂപപ്പെടുന്നത് കുടുംബം, സമൂഹം, വായന, കലാസ്വാദനം എന്നിവയിൽ നിന്ന് പലതും ഉള്ളിലേക്കെത്തിയാണ്. പുറത്തു നിന്ന് അകത്തേക്ക് എത്തിയവയെക്കുറിച്ച് ചിന്തിക്കുമ്പോൾ അനുഭവങ്ങൾ ഇടപെട്ട് കളയും. ഈ ഇടപെടലിന്റെ രീതിഭേദങ്ങളാണ് കവികളെ വ്യത്യസ്തരാക്കുന്നത്. ഒരേ അനുഭവം തന്നെ എല്ലാവരും അനുഭവിക്കുന്നത് ഒരു പോലെയല്ല, ഒരേ അളവിലുമല്ല. അതുകൊണ്ടാണ് അനുഭവാവതരണമല്ല, അനുഭൂതിയുടെ ആവിഷ്കാരമാണ് രചനകൾ നിർവഹിക്കേണ്ടത് എന്നാഗ്രഹിക്കുന്നത്. തനിക്ക് പ്രിയപ്പെട്ടവയെ ആദർശവൽക്കരിക്കുന്നിടത്ത് ചിലപ്പോൾ ബിന്ദുവിന്റെ കവിതകൾ തളം കെട്ടിക്കിട ക്കുന്ന തടാകം പോലെ അലയനങ്ങാത്തതു പോലെ യാവുന്നുണ്ട്. അത് വ്യത്യസ്തമായ കവിതകളുടെ അനുശീ ലനത്തിലൂടെ മറി കടക്കാവുന്നതാണ്. പദാന്വയത്തിലും കാവ്യ ഘടനയിലുമുള്ള സ്വന്തം പതിവുകളെ ഭേദിക്കാതെ കവിതാ പ്രളയത്തിന്റെ വർത്തമാനത്തിൽ ഒരു കവിക്ക് സ്വന്തം അസ്തിത്വം രേഖപ്പെടുത്താൻ സാധ്യമല്ല എന്ന് ബിന്ദുവിനെ ഓർമിപ്പിക്കുക എന്നതുമാത്രമാണ് ഈ ദോഷൈകദർശനം കൊണ്ട് ഉദ്ദേശിച്ചത്. എഴുത്തിലെ വലിയൊരു തടസ്സമാണ് അവനവൻ (അവളവൾ) കടമ്പ. എഴുത്തിൽ മാത്രമല്ല എവിടെയും, ഈ ജീവിതത്തിലുട നീളം. ആ അതിജീവന ശ്രമത്തിലാണ് ബിന്ദുവിൽ നിന്നും കൂടുതൽ തീർച്ചമൂർച്ചയുള്ള കവിതകൾ പിറക്കേണ്ടത്

ഈ കവിതകളെല്ലാം കൂടി ബിന്ദു എന്ന കവിയെ എഴുതിയിരിക്കുകയാണ് എന്നും പറയാം. അഭ്യസ്തവി ദ്യരുടെ ചിന്താശീലം എന്ന മലയാളി ഗാംഭീര്യത്തിന്റെ തലയെടുപ്പ് ഒട്ടും ബലം പിടുത്തമില്ലാതെ നിവർന്നു നിൽ പ്പുണ്ടിവിടെ. ആത്മരതിയുടെ ഉത്സാഹോല്ലാസങ്ങളിലല്ല

ഈ കാവ്യാഭിരാമം. കുനിപ്പിന്റെ മൂർച്ചരാകാനും മഷിയിൽ ചോര ചാറാനും വഴങ്ങുമൊരെഴുത്ത് ബിന്ദു സ്വായത്തമാക്കിയിട്ടുണ്ട്. കവിത കവിയുടെ മാത്രം കാര്യമല്ല എന്ന തിരിച്ചറിവിന്റെ ഊർജ്ജം ഇടയ്ക്കിടെ പ്രവഹിക്കുന്നതാണ് ഈ കവിതകളുടെ വായനയെ ഉന്മിഷിത്താക്കുന്നത്

സംഘകാലം കവിതകളെ അകം/ പുറം തിരിച്ചപ്പോൾ സ്ത്രൈണം അകത്തും പൗരുഷം പുറത്തുമാണ് കുടിയിരുത്തപ്പെട്ടത്. വ്യക്തിസ്വകാര്യതയേയും സാമൂഹ്യാവസ്ഥയേയും തന്റേതായ രീതിയിൽ ഏറ്റെടുക്കുകയും പ്രശ്നവൽക്കരിക്കുകയും ഈ കവിതകൾ അകം - പുറ വിവേചനങ്ങളെ അറിയാതെയെങ്കിലും അട്ടിമറിക്കുന്നു. പുരുഷൻ എഴുതുമ്പോഴല്ല, സ്ത്രീ എഴുതുമ്പോഴാണ് ഉഭയത മുഖ്യധാരയുടെ ചിന്താവിഷയമാവുന്നത്. ഏത് പുരുഷനിലും സ്ത്രീയും ഏത് സ്ത്രീയിലും പുരുഷനും ഉണ്ട് എന്നതാണ് ഹോർമോണുകളെ സംബന്ധിച്ച ശാസ്ത്രീയ യാഥാർത്ഥ്യം. ബിന്ദു തിരുനങ്കെയെ പ്രമേയമായി സ്വീകരിച്ച് എഴുതിയ കവിത വായിച്ചപ്പോൾ ഞാൻ ചിന്തിച്ചത് പുരുഷൻ തിരുനങ്കനുമാണല്ലോ എന്നതാണ്. എന്നാൽ അങ്ങനെയൊരവകാശ വാദമുന്നയിച്ച് ആരും വരാത്തതെന്തേ? തന്നിൽ പുരുഷനുണ്ടെന്ന ചിന്ത സ്ത്രീക്ക് അഭിമാനമാകുമ്പോൾ തന്നിൽ സ്ത്രീയുണ്ടെന്ന ചിന്ത പുരുഷന് അപമാനമാവുകയാണോ? ആണെങ്കിൽ തിരുനങ്കെയിലുള്ള അഭിമാനം ഉപേക്ഷിച്ച് പ്രതിഷേധിക്കുന്നതാണ് മറുപടി. ഉഭയലിംഗതയുമായി ബന്ധപ്പെട്ട ചർച്ചകൾ വിവേചനങ്ങളെ അപ്രസക്തമാക്കുന്ന പുതിയൊരു അദ്വൈതത്തിലേക്കാണ് നമ്മളെ നയിക്കേണ്ടത്. ആരും ആരേക്കാൾ വലുതോ ചെറുതോ അല്ല ദർശനം ലൈംഗികതയിൽ മാത്രമായി ഉന്നയിക്കുന്ന സ്ത്രീപക്ഷ ചിന്തകൾക്ക് ഇവിടെ ആളുണ്ട്. അതിനെ സാമ്പത്തികവും സാമുദായികവുമായി സമീപിക്കുമ്പോൾ കൊഴിഞ്ഞു പോകുന്ന കുറേ സ്ത്രീപക്ഷവാദികളുണ്ട്. അക്കൂട്ടത്തിലല്ല ബിന്ദു. ഇവിടെ പൊട്ടന്റെ ചൂട്ടിലാണ് കനൽ ജ്വലിക്കുന്നത്. ചോര്യല്ലേ ചൊവ്വറേ?

ആ ചോദ്യം നേരേ ചൊവ്വേ പോയി കൊള്ളുന്നത് ജാതി - മത - ലിംഗ - സാമ്പത്തിക മേൽക്കോയ്മകളിലാണ്.

ചൂട്ട് കത്തി വെളിച്ചം തന്നതിന് ശേഷമാണ് കനലുണ്ടാവുന്നത്. കെട്ടുപോവുന്നതിന് മുമ്പ് കുറച്ച് നേരത്തേക്ക് കൂടി തീയും ചൂടും വെളിച്ചവും തന്നു കൊണ്ടാണ് അത് നിലകൊള്ളുന്നത്. ചൂട്ടു കെട്ടിട്ടും ഇതിങ്ങനെ വീശിക്കൊണ്ട് നടക്കുന്നതെന്തിനാണ് എന്ന് ചോദിച്ചാൽ ചൂട്ടേന്തിയവർക്കൊക്കെ അറിയാം കനമുള്ളൊരുത്തരം പറയാൻ - "ബാക്കിയുള്ള ഈ കനലുണ്ടല്ലോ, അത് തരുന്ന വെളിച്ചമുണ്ടല്ലോ... അതു കൊണ്ടു വേണം ഈ കൂരിരുൾ രാവഴി മുറിച്ചു കടക്കാൻ".

ഇതു പറയുന്നവർക്ക് ഒരു കാര്യം കൂടി അറിയാം... ഈ കനൽ വീശലിൽ നിന്ന് ചിലപ്പോൾ ഒരു തീവെളിച്ചം പാളിപ്പടരാനുള്ള സാധ്യത.

കവിതയുടെ കനൽച്ചൂട്ടും വീശിയുള്ള ബിന്ദുവിന്റെ യാത്രയ്ക്ക് ഹൃദയാഭിവാദനം. കനലു കാക്കാൻ കഴിയട്ടെ ഇനിയും, വെളിച്ചമായി വിതക്കുവാനും.

31-12-2022